WONTON MAÐKABÓKIN

100 ljúffengar uppskriftir og aðferðir til að ná tökum á listinni að búa til Wonton

Lárus Briem

KYNNING

Velkomin í Wonton matreiðslubókina, þar sem við skoðum dýrindis heim kínverskrar matargerðar í gegnum linsu þessa ástsæla rétts. Wontons eru litlir, dumplingslíkir pakkar sem eru fylltir með margs konar bragðmiklu hráefni og venjulega borið fram í ilmandi seyði. Þeir eru undirstaða í kínverskri matargerð og hafa orðið vinsæl um allan heim fyrir einstaka bragði og áferð.

Í þessari matreiðslubók munum við fara með þig í matreiðsluferð um hina ýmsu stíla wontons, allt frá klassískum svínakjöti og rækjum til grænmetis- og eftirréttafbrigða. Við munum veita skref-fyrir-skref leiðbeiningar um hvernig á að búa til þínar eigin Wonton umbúðir og fyllingar, auk ráðlegginga um matreiðslu og framreiðslu þeirra. Hvort sem þú ert vanur kokkur eða byrjandi í eldhúsinu, þá er eitthvað fyrir alla í þessari matreiðslubók.

Morgunmatur

1. Sætt-og-súr vöffluð rækju Wontons

AFKOMA: *Gerir 16 wonton*

Hráefni

- 8 aura soðnar og kældar rækjur (31-40 talning eða 41-50 talning), afhýddar, halar fjarlægðar
- 1 stór eggjahvíta, létt þeytt
- $\frac{1}{4}$ bolli smátt saxaður laukur, bæði grænn og hvítur
- 1 hvítlauksgeiri, saxaður
- 2 tsk ljós púðursykur
- 2 tsk eimað hvítt edik
- $\frac{1}{2}$ tsk rifið eða hakkað ferskt engifer
- $\frac{3}{4}$ teskeið salt
- $\frac{1}{2}$ tsk nýmalaður svartur pipar
- 1 pakki wonton umbúðir (að minnsta kosti 32 umbúðir), um $3\frac{1}{2}$ tommur á hlið
- Nonstick eldunarsprey
- Engifer-sesam dýfingarsósa (uppskrift fylgir)

1 Saxið rækjurnar smátt þannig að þær endi sem næstum deig. Ef þú vilt nota matvinnsluvél, ætti hálfur tugur fljótlegra pulsa að ná þessu. Setjið saxaðar rækjur í meðalstóra skál.

2 Bætið eggjahvítunni, rauðlauknum, hvítlauknum, sykri, ediki, engifer, salti og pipar við rækjurnar, hrærið til að blanda vel saman og setjið til hliðar.

3 Forhitið vöfflujárnið á hátt. Forhitið ofninn á lægstu stillingu.

4 Taktu wonton umbúðir úr pakkanum til að mynda dumplings. Notaðu sætabrauðsbursta eða hreinan fingur

til að bleyta allar 4 brúnir umbúðirnar. Setjið örlitla matskeið af rækjublöndunni í miðjuna og toppið með annarri wonton umbúðum. Þrýstið meðfram brúnunum til að loka. Vatnið ætti að virka sem lím. Ef þú finnur blett sem festist ekki skaltu bæta við aðeins meira vatni. Leggið tilbúið wonton til hliðar, hyljið með gufuhandklæði og mótið afganginn.

5 Húðaðu báðar hliðar vöfflujárnsristarinnar með non-stick úða. Settu eins marga wontons á vöfflujárnið og passa og lokaðu lokinu. Eldið í 2 mínútur áður en athugað er. Wonton umbúðirnar ættu að missa gegnsæi og vöfflumerkin ættu að vera djúpgulbrún. Þetta getur tekið allt að 4 mínútur. Fjarlægðu soðnu wontons og haltu þeim heitum í ofninum á meðan hinir elda.

6 Berið wontons fram með engifer-sesamsósu.

2. Beikon og Egg Wontons

HRÁEFNI

12 wonton umbúðir
6 beikonsneiðar, soðnar og muldar
6 egg, hrærð
Salt og pipar eftir smekk
Saxaður grænn laukur til skrauts
Leiðbeiningar:

Forhitið ofninn í 350°F.

Úðið muffinsformi með eldunarúða sem festist ekki.

Þrýstu wonton umbúðum í hvern muffinsbolla.

Fylltu hvern wonton bolla með hrærðu eggjum og beikoni.

Kryddið með salti og pipar.

Bakið í 15-20 mínútur, þar til wontonin eru stökk og gullinbrún.

Skreytið með söxuðum grænum lauk og berið fram.

3. Wonton Quiche Cups

HRÁEFNI

12 wonton umbúðir
4 egg
1/2 bolli mjólk
1/2 bolli rifinn cheddar ostur
Salt og pipar eftir smekk
Hakkað fersk steinselja til skrauts
Leiðbeiningar:

Forhitið ofninn í 375°F.

Úðið muffinsformi með eldunarúða sem festist ekki.

Þrýstu wonton umbúðum í hvern muffinsbolla.

Í skál, þeytið saman egg og mjólk.

Hrærið rifnum cheddarostinum saman við og kryddið með salti og pipar.

Hellið eggjablöndunni í wonton bollana.

Bakið í 15-20 mínútur þar til quichebollarnir eru orðnir útblásnir og gullinbrúnir.

Skreytið með saxaðri ferskri steinselju og berið fram.

4. Banana Nutella Wontons

HRÁEFNI

12 wonton umbúðir
1 banani, skorinn í sneiðar
1/4 bolli Nutella
Púðursykur til skrauts
Leiðbeiningar:

Forhitið ofninn í 350°F.

Leggðu wonton umbúðirnar út á flatt yfirborð.

Dreifið litlu magni af Nutella í miðju hverrar umbúðir.

Toppið með bananasneið.

Brjóttu wonton umbúðirnar í tvennt á ská og ýttu á brúnirnar til að loka.

Settu wontons á bökunarplötu klædda bökunarpappír.

Bakið í 8-10 mínútur þar til wontonin eru stökk og gullinbrún.

Stráið flórsykri yfir og berið fram.

5. Wonton Breakfast Tacos

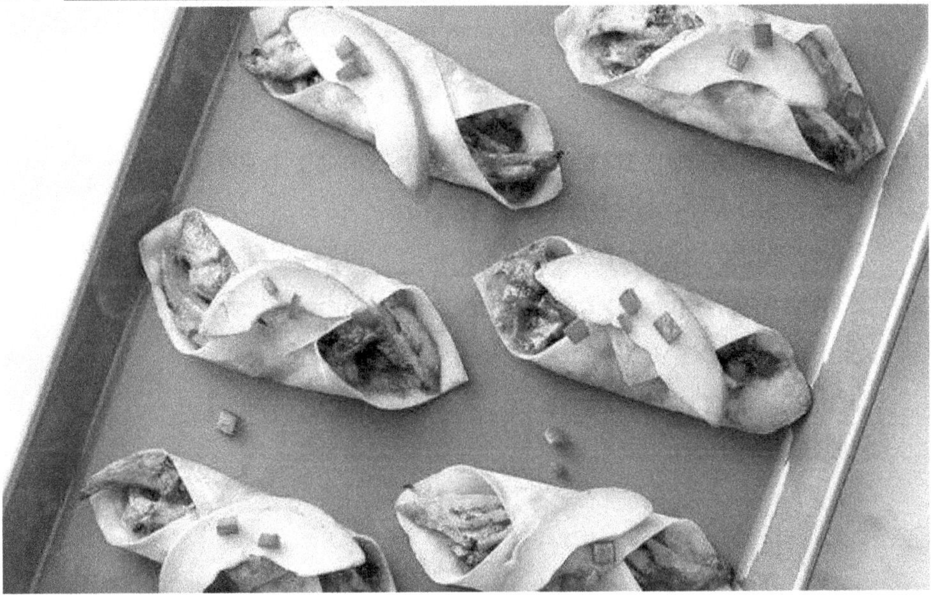

HRÁEFNI

12 wonton umbúðir
6 egg, hrærð
1/2 bolli svartar baunir, skolaðar og tæmdar
1/4 bolli rifinn cheddar ostur
1 avókadó, skorið í teninga
2 matskeiðar saxaður ferskur kóríander
Salt og pipar eftir smekk
Salsa til framreiðslu
Leiðbeiningar:

Forhitið ofninn í 375°F.

Úðið muffinsformi með eldunarúða sem festist ekki.

Þrýstu wonton umbúðum í hvern muffinsbolla.

Fylltu hvern wonton bolla með hrærðu eggjum, svörtum baunum og rifnum cheddarosti.

Kryddið með salti og pipar.

Bakið í 15-20 mínútur, þar til wontonin eru stökk og gullinbrún.

Toppaðu hvern wonton bolla með hægelduðum avókadó og söxuðum fersku kóríander.

Berið fram með salsa.

6. Wonton franskt brauð

HRÁEFNI

12 wonton umbúðir
2 egg
1/2 bolli mjólk
1 tsk vanilluþykkni
1/2 tsk malaður kanill
1/4 tsk malaður múskat
2 matskeiðar ósaltað smjör
Púðursykur og hlynsíróp til framreiðslu
Leiðbeiningar:

Hrærið saman eggjum, mjólk, vanilluþykkni, möluðum kanil í grunnt fat og malaður múskat.
2. Bræðið smjörið í eldfastri pönnu við meðalhita.

Dýfðu hverri wonton umbúðum í eggjablönduna og passaðu að hjúpa báðar hliðar.

Settu wonton umbúðirnar í pönnu og eldaðu þar til þær eru gullinbrúnar, um 1-2 mínútur á hvorri hlið.

Berið wonton franskt ristað brauð fram heitt, stráið með flórsykri og hellt yfir hlynsírópi.

7. Pylsa og ostur Wontons

HRÁEFNI

12 wonton umbúðir
1/2 pund morgunverðarpylsa, soðin og mulin
1/2 bolli rifinn cheddar ostur
2 grænir laukar, saxaðir
Salt og pipar eftir smekk
Leiðbeiningar:

Forhitið ofninn í 375°F.

Úðið muffinsformi með eldunarúða sem festist ekki.

Þrýstu wonton umbúðum í hvern muffinsbolla.

Fylltu hvern wonton bolla með soðinni pylsu og rifnum cheddar osti.

Kryddið með salti og pipar.

Bakið í 15-20 mínútur, þar til wontonin eru stökk og gullinbrún.

Toppið hvern wonton bolla með söxuðum grænum lauk og berið fram.

8. Wonton Breakfast Pizza

HRÁEFNI

12 wonton umbúðir
1/2 bolli pizzasósa
1/2 bolli rifinn mozzarellaostur
4 sneiðar af beikoni, soðnar og muldar
4 egg, steikt
Salt og pipar eftir smekk
Hakkað fersk steinselja til skrauts
Leiðbeiningar:

Forhitið ofninn í 375°F.

Úðið bökunarplötu með eldunarúða sem festist ekki.

Leggðu wonton umbúðirnar út á bökunarplötuna.

Smyrjið litlu magni af pizzusósu á hverja umbúðir.

Stráið rifnum mozzarellaosti yfir.

Toppið með soðnu beikoni og steiktu eggi.

Kryddið með salti og pipar.

Bakið í 10-12 mínútur, þar til osturinn er bráðinn og freyðandi.

Skreytið með saxaðri ferskri steinselju og berið fram.

9. Wonton Breakfast Strudels

HRÁEFNI

12 wonton umbúðir
4 aura rjómaostur, mildaður
1/4 bolli jarðarberjasulta
1 egg, þeytt
1 matskeið vatn
Púðursykur til skrauts
Leiðbeiningar:

Forhitið ofninn í 375°F.

Hrærið rjómaostinum og jarðarberjasultunni saman í lítilli skál.

Leggðu wonton umbúðirnar út á flatt yfirborð.

Setjið örlítið magn af rjómaostablöndunni á hverja umbúðir.

Brjóttu wonton umbúðirnar í tvennt á ská og ýttu á brúnirnar til að loka.

Þeytið eggið og vatnið saman í sérstakri skál.

Penslið wontons með eggþvottinum.

Bakið í 15-20 mínútur, þar til wontonin eru stökk og gullinbrún.
Stráið flórsykri yfir og berið fram.

10. Spínat og Feta Wonton Quiches

HRÁEFNI

12 wonton umbúðir
4 egg
1/2 bolli mjólk
1/2 bolli mulinn fetaostur
1 bolli ferskt spínat lauf, saxað
Salt og pipar eftir smekk
Leiðbeiningar:

Forhitið ofninn í 375°F.
Úðið muffinsformi með eldunarúða sem festist ekki.
Þrýstu wonton umbúðum í hvern muffinsbolla.
Í skál, þeytið saman egg og mjólk.
Hrærið muldum fetaosti og söxuðum spínatlaufum saman við.
Kryddið með salti og pipar.
Hellið eggjablöndunni í wonton bollana.
Bakið í 15-20 mínútur, þar til kökurnar eru orðnar stífar og gullinbrúnar að ofan.

Berið fram heitt eða við stofuhita.

11. Wonton Breakfast Empanadas

HRÁEFNI

12 wonton umbúðir
1/2 pund morgunverðarpylsa, soðin og mulin
1/4 bolli hægeldaður laukur
1/4 bolli niðurskorinn grænn pipar
1/4 bolli niðurskorinn rauð paprika
1/4 bolli rifinn cheddar ostur
Salt og pipar eftir smekk
Leiðbeiningar:

Forhitið ofninn í 375°F.

Úðið bökunarplötu með eldunarúða sem festist ekki.

Steikið laukinn, græna piparinn og rauða piparinn á pönnu þar til hann er mjúkur.

Bætið soðnu pylsunni á pönnuna og hrærið til að blanda saman.

Leggðu wonton umbúðirnar út á flatt yfirborð.

Setjið örlítið magn af pylsublöndunni á hverja umbúðir.

Stráið rifnum cheddar osti yfir.

Kryddið með salti og pipar.

Brjóttu wonton umbúðirnar í tvennt á ská og ýttu á brúnirnar til að loka.

Bakið í 15-20 mínútur, þar til wontonin eru stökk og gullinbrún.
Berið fram heitt eða við stofuhita.

12. Skinku og ostur Wonton bollar

HRÁEFNI

12 wonton umbúðir
1/2 bolli sneið skinka
1/2 bolli rifinn cheddar ostur
2 grænir laukar, saxaðir
Salt og pipar eftir smekk
Leiðbeiningar:

Forhitið ofninn í 375°F.

Úðið muffinsformi með eldunarúða sem festist ekki.

Þrýstu wonton umbúðum í hvern muffinsbolla.

Fylltu hvern wonton bolla með hægelduðum skinku og rifnum cheddar osti.

Kryddið með salti og pipar.

Bakið í 15-20 mínútur, þar til wontonin eru stökk og gullinbrún.

Toppið hvern wonton bolla með söxuðum grænum lauk og berið fram.

13. Pylsa og Egg Wonton bitar

HRÁEFNI

12 wonton umbúðir
1/2 pund morgunverðarpylsa, soðin og mulin
4 egg, hrærð
Salt og pipar eftir smekk
Leiðbeiningar:
1.Forhitið ofninn í 375°F.
2. Sprautaðu litlu muffinsformi með eldunarúða sem festist ekki.

Skerið hverja wonton umbúðir í fernt.

Þrýstu fjórðungi af wonton umbúðum í hvern lítill muffinsbolli.

Fylltu hvern wonton bolla með soðnum pylsum og hrærðu eggjum.

Kryddið með salti og pipar.

Bakið í 12-15 mínútur, þar til wontonin eru stökk og gullinbrún.

Berið fram heitt eða við stofuhita.

14. Avókadó og Egg Wonton bollar

HRÁEFNI

12 wonton umbúðir
2 þroskuð avókadó
4 egg, hrærð
1/4 bolli niðurskorinn rauðlaukur
Salt og pipar eftir smekk
Saxað ferskt kóríander til skrauts
Leiðbeiningar:

Forhitið ofninn í 375°F.

Úðið muffinsformi með eldunarúða sem festist ekki.

Þrýstu wonton umbúðum í hvern muffinsbolla.

Maukið avókadóið í skál með gaffli.

Fylltu hvern wonton bolla með maukuðu avókadó.

Toppið með eggjahræru og niðurskornum rauðlauk.

Kryddið með salti og pipar.

Bakið í 15-20 mínútur, þar til wontonin eru stökk og gullinbrún.

Skreytið með söxuðum fersku kóríander og berið fram.

15. Wonton Breakfast Burritos

HRÁEFNI

12 wonton umbúðir
6 egg, hrærð
1/2 bolli soðnar svartar baunir
1/2 bolli niðurskornir tómatar
1/2 bolli niðurskorið avókadó
1/4 bolli hakkað ferskt kóríander
Salt og pipar eftir smekk
Leiðbeiningar:

Forhitið ofninn í 375°F.
Leggðu wonton umbúðirnar út á flatt yfirborð.
Fylltu hvern wonton umbúðir með hrærðu eggjum, svörtum baunum, hægelduðum tómötum og hægelduðum avókadó.
Stráið söxuðum fersku kóríander yfir.
Kryddið með salti og pipar.
Brjóttu wonton umbúðirnar í burrito form og þrýstu á brúnirnar til að loka.
Settu wonton burritos á bökunarplötu klædda bökunarpappír.
8. Bakið í 12-15 mínútur, þar til wontonin eru stökk og gullinbrún. Berið fram heitt eða við stofuhita.

16. Grœnmetis- og ostur Wonton bollar

HRÁEFNI

12 wonton umbúðir
1/2 bolli saxaður spergilkál
1/2 bolli saxuð rauð paprika
1/2 bolli rifinn cheddar ostur
1/4 bolli niðurskorinn rauðlaukur
Salt og pipar eftir smekk
Leiðbeiningar:

Forhitið ofninn í 375°F.

Úðið muffinsformi með eldunarúða sem festist ekki.

Þrýstu wonton umbúðum í hvern muffinsbolla.

Fylltu hvern wonton bolla með söxuðu spergilkáli og rauðri papriku.

Toppið með rifnum cheddar osti og niðurskornum rauðlauk.

Kryddið með salti og pipar.

Bakið í 15-20 mínútur, þar til wontonin eru stökk og gullinbrún.

Berið fram heitt eða við stofuhita.

SNILLINGAR OG FORréttir

17. Wonton Sambussa

Afrakstur: 16 sætabrauð

Hráefni

- 1 bolli brúnar linsubaunir
- ½ tsk cayenne
- 1 bolli Vatn
- 1 tsk kanill
- ½ bolli Hægeldaður græn paprika
- ¾ bolli Fínt saxaður laukur
- Salt og malaður svartur pipar eftir smekk
- 2 hvítlauksrif; hakkað
- 3 matskeiðar ólífuolía
- 8 wonton umbúðir
- 2 tsk sæt ungversk paprika
- 1 eggjarauða þeytt með matskeið
- Vatn
- 1 tsk Rifin afhýdd fersk engiferrót
- 1 tsk möluð kóríanderfræ
- Olía til djúpsteikingar

a) Skolið linsurnar og látið suðuna koma upp í vatninu. Lækkið hitann, lokið á og látið malla í 45 mínútur. Á meðan steikið laukinn og hvítlaukinn í ólífuolíu þar til laukurinn er orðinn hálfgagnsær. Bætið kryddinu og söxuðu grænu paprikunni út í og látið malla undir loki í 3 mínútur og hrærið oft. Takið pönnuna af hitanum.
b) Þegar linsurnar eru orðnar mjúkar skaltu sameina þær við steikta grænmetið. Kryddið með salti og pipar.
c) Skerið wonton umbúðirnar í tvennt til að mynda ferhyrninga. Settu umbúðir lóðrétt á sléttan flöt og penslið með þeyttri eggjablöndunni. Setjið ávala

matskeið af fyllingunni á neðri enda eins rétthyrningsins. Brjótið vinstra neðra hornið upp og yfir fyllinguna þar til hún mætir hægri brún umbúðarinnar og myndar þríhyrning. Næst skaltu snúa fyllta þríhyrningnum upp og yfir, brjóta saman meðfram efri brún hans. Brjóttu það síðan yfir til vinstri á ská. Haltu áfram að brjóta saman þar til þú nærð endanum á umbúðunum og hefur myndað snyrtilegan þríhyrningslaga pakka.

d) Endurtaktu þetta ferli með hinum Wonton umbúðunum rétthyrningum. Djúpsteikið hvert sætabrauð þar til það er gullið í 2 eða 3 tommum af olíu sem er hitað í 360F. Þú getur geymt steiktu sambussa í heitum ofni þar til þær eru allar tilbúnar og tilbúnar til framreiðslu. Sambussa er best að borða heitt.

18. Krabbi Ragoon

- 1 eða 2 pakkar (8 aura) Neufchatel ostur, mildaður (eða rjómaostur). Upphæð byggist á því hversu "cheesy" þú kýst.
- 1 dós (6 aura) krabbakjöt, tæmd og flöguð 2 grænir laukar þ.mt toppar, þunnar sneiðar
- 1 hvítlauksgeiri, saxaður
- tsk Worcestershire sósa 1/2 tsk lite sojasósa
- 1 pakki (48 tal) Wonton skinn grænmetisúðahúðun

a) Fylling: Í meðalstórri skál skaltu sameina öll innihaldsefni nema Wonton skinn og úðahúð; blandið þar til það hefur blandast vel saman.
b) Til að koma í veg fyrir að Wonton-húðin þorni út skaltu búa til einn eða tvo Rangoon í einu. Setjið 1 teskeið af fyllingu í miðju hverrar wontonhúð.
c) Vættu brúnir með vatni; brjóta saman í tvennt til að mynda þríhyrning, ýttu á brúnirnar til að innsigla. Dragðu neðstu hornin niður og skarast örlítið; vættu eitt hornið og ýttu á til að innsigla. Sprautaðu bökunarplötu létt með grænmetishúð.
d) Raðið Rangoon á lakið og úðið létt yfir á húðina. Bakað í 425
e) Fahrenheit gráðu yfir í 12 til 15 mínútur, eða þar til gullbrúnt. Berið fram heitt með súrsætri sósu eða sinnepssósu.

19. Hlýir spínat- og þistilbollar

- 24 wonton umbúðir
- 1 dós (14 oz.) þistilhjörtu, tæmd, smátt saxuð
- 1 bolli KRAFT rifinn Mozzarella ostur
- 1 pakk. (10 oz.) frosið hakkað spínat, þíðað, þerrað
- 1/3 bolli KRAFT Mayo með ólífuolíusnauðu majónesi
- 1/3 bolli KRAFT rifinn parmesan ostur
- 1/4 bolli smátt skorin rauð paprika
- 2 hvítlauksrif, söxuð

a) HITI yfir tvö 350

b) SETTU 1 Wonton umbúðir í hvern af 24 litlum muffinsbollum sem úðaðar eru með matreiðsluúða, með brúnum umbúða sem ná yfir bollann. Bakið 5 mín. Á meðan skaltu sameina restina af hráefninu.

c) SKEIÐ ætiþistlablöndu í wonton bolla.

d) BAKAÐI 12 til 14 mín. eða þar til fyllingin er hituð í gegn og brúnir bolla eru gullbrúnir.

20. Ítalska Wonton Nachos

Gerir: 1

HRÁEFNI

ALFREDO SÓSA

- 1 bolli hálfur og hálfur
- 1 bolli þungt rjómi
- 2 matskeiðar ósaltað smjör
- 2 hvítlauksgeirar saxaðir
- $\frac{1}{2}$ bolli parmesan
- Salt og pipar
- 2 matskeiðar af hveiti

NACHOS

- Wonton umbúðir skornar í þríhyrninga
- 1 kjúklingur eldaður og rifinn
- Steiktar paprikur
- Mozzarella ostur
- Ólífur
- Steinselja söxuð
- Parmesan ostur
- Olía til að steikja hnetur eða canola

LEIÐBEININGAR

a) Bætið ósöltuðu smjörinu í pott og bræðið við meðalhita.

b) Hrærið hvítlauknum saman við þar til allt smjörið hefur bráðnað.

c) Bætið hveitinu hratt út í og þeytið stöðugt þar til það er þétt saman og gullið.

d) Blandið saman þungum rjóma og hálfum og hálfum í blöndunarskál.

e) Látið suðuna koma upp, lækkið síðan niður í lágan hita og eldið í 8-10 mínútur, eða þar til þykknar.

f) Kryddið með salti og pipar.

g) Wontons: Hitið olíuna á stórri pönnu við meðalháan hita, um það bil ⅓ af leiðinni upp.

h) Bætið wontonunum út í einu í einu og hitið þar til það er varla gullið á botninum, snúið svo við og eldið hina hliðina.

i) Settu pappírshandklæði yfir niðurfallið.

j) Forhitið ofninn í 350°F og klæddu bökunarplötu með bökunarpappír og síðan wontons.

k) Bætið Alfredo sósu, kjúklingi, papriku og mozzarella osti ofan á.

l) Settu undir grillið í ofninum þínum í 5-8 mínútur, eða þar til osturinn er vandlega bráðinn.

m) Takið út úr ofninum og toppið með ólífum, parmesan og steinselju.

21. Steikt grænmeti Wontons

Gerir: 16 wontons

Hráefni

- $\frac{1}{4}$ bolli fínt saxaðar gulrætur
- $\frac{1}{4}$ bolli fínt saxað extra stíft tofu
- $\frac{1}{4}$ bolli fínt saxaðir shiitake sveppir
- $\frac{1}{2}$ bolli smátt skorið hvítkál
- 1 matskeið saxaður hvítlaukur
- 1 tsk þurrkað malað engifer
- $\frac{1}{4}$ tsk hvítur pipar
- 2 tsk sojasósa, skipt
- 1 tsk sesamolía
- 2 tsk kartöflusterkju eða maíssterkju
- 16 wonton umbúðir
- 1 til 2 spritzes canola olíu eða extra virgin ólífuolía
- Krydduð sojadýfasósa

LEIÐBEININGAR

a) Blandaðu saman gulrótum, tofu, sveppum, káli, hvítlauk, engifer, hvítum pipar og 1 teskeið af sojasósunni í stóra skál.

b) Í lítilli skál skaltu sameina eftirstandandi 1 tsk sojasósu, sesamolíu og kartöflusterkju. Þeytið þar til sterkjan hefur blandast alveg saman. Hellið tófúinu og grænmetinu yfir og blandið vel saman með höndunum.

c) Settu litla skál af vatni við hlið vinnufletsins til að búa til dumplings. Leggðu wonton umbúðir flatt, bleyttu hliðarnar með vatni með fingrinum og settu 1 matskeið af fyllingunni í miðjuna. Dragðu öll 4 hornin á umbúðunum upp að toppnum og miðjunni og klíptu þau saman. Settu wontons í loftsteikingarkörfuna. Endurtaktu þetta ferli, sem gerir samtals 16 wontons. Spreyttu wontons með canola olíunni. Eldið við 360°F í 6 mínútur, hristið hálfa eldunartímann.

d) Færið steiktu wontons á disk og berið fram með dýfingarsósunni.

22. Fitulítið cannoli með hindberjasósu

Gerir: 6 skammta

HRÁEFNI

- 2 gámar; (15 oz) fitulaus ricotta ostur
- 12 wontons; (4 tommu) umbúðir
- Matreiðslusprey með smjörbragði
- 1 tsk maíssterkja leyst upp í 1 tsk vatni; (til að líma)
- 6 matskeiðar Sykur
- ½ tsk vanilluþykkni
- ¼ tsk möndluþykkni
- 3 bollar fersk hindber
- 2 matskeiðar sælgætissykur; upp í 4
- 2 tsk sítrónubörkur
- 1 matskeið hakkað; létt ristaðar pistasíuhnetur

LEIÐBEININGAR

a) Tæmið ricotta 6 til 8 klukkustundir

b) Forhitið ofninn í 400 gráður F. Sprayið 12 cannoli rör létt með eldunarúða. Byrjaðu á hornum, vefðu wontons utan um rör. Límið með dab eða maíssterkju líma. Sprautaðu létt utan á cannoli. Setjið á bökunarplötu og bakið þar til þær eru gullinbrúnar og stökkar, um 4 til 6 mín. Látið kólna aðeins og rennið síðan deiginu af túpunum. Kælið á vírgrind.

c) Fylling: Þeytið ricotta, sykur og útdrætti í stóra skál. Leggið til hliðar eða flytjið í sætabrauðspoka með ½-in. stjörnu ábending.

d) Sósa: Maukið hindber í matvinnsluvél. Sigtið maukið í gegnum sigti í skál. Þeytið sælgætissykur og sítrónubörk út í. (Hægt er að útbúa uppskrift með nokkurra klukkustunda fyrirvara fram að þessu stigi.) 5. Notaðu sætabrauðspoka eða teskeið, settu $\frac{1}{4}$ c blöndu í hverja skel. Stráið endum með söxuðum pistasíuhnetum.

e) Til að bera fram, hellið hindberjasósu á eftirréttardiska.

f) Setjið 2 cannoli á hvern disk ofan á hindberjasósu og berið fram strax.

23. Wonton cannoli

Gerir: 4 skammta

HRÁEFNI

24 wonton skinn
Hnetuolía til djúpsteikingar
Grófmalaðar ósaltaðar pistasíuhnetur
Auka sælgætissykur
Myntugreinar

FYLLING:

1 lb. fitulítill Ricotta ostur, þeyttur sléttur
½ c sigtaður konfektsykur
1 tsk hreint vanilluþykkni
⅓ c rakað hálfsætt súkkulaði

LEIÐBEININGAR

a) Hitið olíu í djúpsteikingu í 375. Vinnið með 6 wonton skinn á klukkutíma.

b) Geymið afganginn vel vafinn inn í vaxpappír og dreginn með örlítið vættri handklæði. Settu wonton skinn á vinnuflötinn og settu cannoli rör á ská yfir miðju þess. Ef þú ert ekki með cannoli rör skaltu mynda rör með álpappír. Færðu hliðar húðarinnar upp yfir slönguna. Lokaðu skarast á oddunum með dálitlu af vatni. Myndaðu wonton skinn í kringum 5 rör sem eftir eru. Eldið, 2 rör í einu, saumið með hliðinni niður í heitri olíu, í 30 sekúndur eða bara þar til þær eru gullnar. Fjarlægðu með töng og skolaðu af á pappírshandklæði. Á meðan skeljarnar eru enn heitar skaltu ýta þeim varlega af rörunum með litlum málmspaða og fingrunum.

c) Endurtaktu með afganginum af skinnunum og vertu viss um að rör kólni alveg áður en þeim er pakkað inn með skinni.

Fylling:

d) Blandið saman ricotta, sælgætissykri, vanillu og súkkulaði.

e) Lokið og kælið í 2 klukkustundir eða yfir nótt. Til að bera fram: skeið fylling í cannoli skeljar. Sætabrauðspoki mun vera mjög gagnlegt hér, eða skera horn af samlokupoka og kreista blönduna úr honum. Dýfðu hvorum enda fyllingarinnar í pistasíuhnetur. Raðið á framreiðsludisk. Sigtið viðbótarsykur yfir hvern og skreytið með myntugreinum.

24. Svartir Sesam Wonton flögur

Gerir 24 franskar

🕐12 Vegan Wonton umbúðir
🕐Ristuð sesamolía
🕐 1/3 bolli svört sesamfræ
🕐 Salt

Forhitið ofninn í 450°F. Smyrjið létt á bökunarplötu og setjið til hliðar. Skerið wonton umbúðirnar í tvennt þversum, penslið þær með sesamolíu og raðið þeim í eitt lag á tilbúnu bökunarplötunni.

Stráið wonton umbúðirnar með sesamfræjunum og salti eftir smekk og bakið þar til þær eru stökkar og gullinbrúnar, 5 til 7 mínútur. Kælið alveg áður en það er borið fram. Þetta er best að borða daginn sem þeir eru búnir til en þegar þeir hafa kólnað er hægt að hylja þá og geyma við stofuhita í 1 til 2 daga.

25. Heitir og kryddaðir pottalímmiðar

GERIR: 18 TIL 20 POTELIMMERKA

Hráefni

Chili hnetuolía

- $\frac{1}{2}$ bolli sesamolía
- 1 hvítlauksgeiri, saxaður
- 2 matskeiðar hráar jarðhnetur
- 1 matskeið hrá sesamfræ
- 1 til 2 matskeiðar muldar rauðar piparflögur
- 1 tsk kosher salt

Pott límmiðar

- 4 matskeiðar sesamolía
- 1 (1 tommu) stykki af fersku engifer, afhýtt og rifið
- 2 hvítlauksrif, rifin
- 4 bollar niðurskorið blandað grænmeti
- 2 matskeiðar lágnatríum sojasósa
- 2 matskeiðar grænn laukur, saxaður
- 18 til 20 wonton umbúðir
- ⅓ bolli hrá sesamfræ

Leiðbeiningar

a) Gerðu chili olíuna. Blandið saman sesamolíu, hvítlauk, hnetum og sesamfræjum í litlum potti. Setjið yfir miðlungs hita og eldið, hrærið, þar til ilmandi, um 5 mínútur. Takið pönnuna af hellunni og hrærið rauðu piparflögunum saman við. Létt kólnar örlítið. Flyttu blöndunni í matvinnsluvél og pulsaðu þar til hneturnar eru fínmalaðar, 30 sekúndur til 1 mínútu. Bætið við salti og pulsið aftur til að blanda saman.

b) Gerðu fyllinguna. Hitið 1 matskeið af sesamolíu í stórri pönnu yfir meðalháum hita. Þegar olían ljómar, bætið engiferinu, hvítlauknum og grænmetinu út í og steikið, hrærið þar til grænmetið er soðið niður, 5 til 10 mínútur. Bætið sojasósunni og grænlauknum út í og eldið þar til allur vökvinn hefur gufað upp, 2 til 3 mínútur í viðbót. Takið pönnuna af hellunni og látið kólna.

c) Settu saman pottalímmiðana. Leggðu wonton umbúðirnar út á hreint vinnuborð. Vinna með einn í einu, skeið 1 matskeið af fyllingu á miðjuna. Penslið vatn í kringum brúnirnar, brjótið síðan umbúðirnar yfir fyllinguna til að mynda hálft tungl, klípið brúnirnar saman til að loka. Endurtaktu með afganginum af fyllingunni og umbúðunum.

d) Setjið sesamfræin í grunna skál. Penslið botninn á pottalímmiðunum með vatni og dýpjið þeim síðan í sesamfræin, þrýstið til að festast.

e) Þurrkaðu af pönnunni sem notuð var til að búa til fyllinguna og hitaðu hinar 3 matskeiðar af sesamolíu yfir meðalhita.

f) Vinnið í lotum, þegar olían ljómar, bætið við nokkrum pottalímmiðum og eldið þar til botninn er ljósgulbrúnn, 2 til 3 mínútur. Hellið $\frac{1}{4}$ bolla af vatni út í og hyljið pönnuna strax með þéttu loki. Varúð: Standið aftur; vatnið mun skvetta! Lækkið hitann í miðlungs-lágan og gufið pottalímmiðana þar til umbúðirnar eru mjúkar yfir allt, 3 til 4 mínútur. Endurtaktu með pottalímmiðunum sem eftir eru.

g) Látið kólna og berið fram með chiliolíu til hliðar til að dýfa í.

26. Japanskir pottalímmiðar

Hráefni

- 1 -eyri wonton umbúðir
- 1 $\frac{1}{2}$ bolli saxað hvítkál
- $\frac{1}{2}$ bolli. Asíulaukur, saxaður
- $\frac{1}{4}$ bolli. Gulrætur. Hakkað
- 1 pund svínakjöt
- sesam olía
- 1 hvítlauksrif
- 1 hvítlaukur, smátt saxaður
- 1 matskeið sojasósa
- 1 engifer, rifinn

Leiðbeiningar

a) Blandið svínakjöti, gulrót, hvítkáli, sesamolíu, hvítlauk, sojasósu og engifer saman þar til það er vel samsett.

b) Dreifið wonton umbúðunum á hveitistráðan pall

c) Skelltu skeið af fyllingu á miðju hverrar umbúðir

d) Vætið umbúðirnar með vatni og brjótið hverja í umbúðir

e) Knúsaðu brúnirnar til að búa til mynstur

f) Setjið bollurnar í upphitaða olíu og steikið þar til þær eru gullnar eða eldið í gufupotti

27. Óslétt vorkjúklingavafningur

Þjónusta: 12

2 stórar kjúklingabringur, soðnar og rifnar
2 vorlaukar, saxaðir
10 aura (284 g) Ricotta ostur
1 matskeið hrísgrjónaedik
1 matskeið melass
1 tsk rifið ferskt engifer
$\frac{1}{4}$ bolli sojasósa
$^{1}/_{3}$ teskeið sjávarsalt
$\frac{1}{4}$ tsk malaður svartur pipar, eða meira eftir smekk
48 wonton umbúðir
Matreiðslusprey

Sprautaðu loftsteikingarkörfunni með eldunarúða.
Blandið öllu hráefninu, nema umbúðunum, saman í stórri skál. Hrærið til að blanda vel saman.
Brettu umbúðirnar út á hreint vinnuborð, skiptu síðan og skeiðaðu blöndunni í miðju umbúðirnar.
Dreifðu smá vatni á brúnir umbúðanna, brjóttu síðan brúnina nálægt þér yfir fyllinguna. Setjið brúnina undir fyllinguna og rúllið upp til að loka.
Raðið umbúðunum á pönnuna.
Settu loftsteikingarkörfuna á bökunarpönnu og renndu í grindstöðu 2, veldu Air Fry, stilltu hitastigið á 375°F (190°C) og stilltu tímann á 5 mínútur.
Snúðu umbúðunum hálfa leið á eldunartímanum.
Þegar matreiðslu er lokið ættu hvolfarnir að vera léttbrúnaðir.
Berið fram strax.

SALÖT OG MEÐBÆR

28. Ertu- og núðlusalat með Wonton-strimlum

Hráefni

- 8 únsur. Steiktur kjúklingur, skorinn þunnt
- 8 únsur. Sesam-Plum dressing
- 16 ea. Mandarín appelsínuhlutar
- 4 únsur. Stökkar hrísgrjónnúðlur
- 4 únsur. Stökkar Wonton Strips
- 4 únsur. Blue Diamond Slivered möndlur, ristaðar
- 2 tsk. Svart og hvítt sesamfræ
- 1 bolli (150 g) ferskar baunir af afhýði
- 250 grömm af sykurbaunum, snyrtar
- 250 grömm af snjóbaunum, snyrt
- 50 grömm af snjóbaunaspírum

Leiðbeiningar

1. Setjið allt hráefnið í blöndunarskál.
2. Hrærið hráefninu saman þar til það er jafnt blandað.
3. Settu hráefnin í stóra skál.
4. Setjið mandarínur appelsínubitana utan um salatið.
5. Toppaðu salatið með aðeins meira stökkum hrísgrjónanúðlum og wontons.
6. Stráið Blue Diamond rifnum möndlum og sesamfræjum yfir salatið
7. Skreytið salatið með nokkrum þunnt sneiðum snjóbaunum.

29. Staflað kjúklingasalat

Salat hráefni

- 1 höfuð Napa hvítkál, skorið í 1/4 tommu ræmur
- 1 lítið höfuð rauðkál, kjarnhreinsað og saxað
- 2 stórar gulrætur, skrældar og tætaðar
- 2 búntir af grænum laukum, þunnar sneiðar
- 1 stór ensk agúrka, söxuð
- 2 bollar soðnar, afhýddar Edamame
- 2 bollar ristaðar jarðhnetur
- 4 grillaðar eða bakaðar hvítlaukskjúklingabringur, skornar í teninga
- 1 lítið búnt kóríanderlauf, gróft saxað
- 2 þroskuð Hass avókadó, afhýdd, grýtt og skorin í 1/2 tommu teninga
- Lime Cilantro Thai Peanut Dressing Innihald
- 1/4 rauð paprika
- 1 lítið búnt kóríanderlauf
- 4 msk hrátt hunang eða hreinn hlynsykur
- 3 msk hrísgrjónaedik (kryddað eða ókryddað)
- 3 msk lime safi
- 2 tsk Dijon sinnep
- 1/2 tsk asísk sesamolía
- 1/4 tsk hakkað ferskt engifer
- 1/2 tsk kosher salt
- 1/4 malaður svartur pipar
- 3 matskeiðar rjómalöguð náttúrulegt hnetusmjör
- 1 1/2 tsk sojasósa með minni natríum eða tamari
- 1/4 tsk muldar rauðar piparflögur
- 1/4 bolli extra virgin ólífuolía eða canola olía

Hvítlaukur kjúklingur hráefni

- 2 pund beinlausar, roðlausar kjúklingabringur
- 6 matskeiðar ólífuolía

- 2 matskeiðar fínt saxaður hvítlaukur
- 1 matskeið sojasósa með minni natríum eða tamari
- 1/2 tsk kosher salt
- Stökkbökuð Wontons hráefni
- 1 pakki wonton umbúðir eða 2 aura (1 búnt) hrísgrjónastangir (fínt)
- olíuþurrkur fylltur með háhita olíu eins og canola eða hreinsaðri safflorolíu

Leiðbeiningar

1. Blandið saman ólífuolíu og kryddi í stórum Ziploc poka . Bætið við kjúklingabringum og hristið/hrærið þar til þær eru vel húðaðar.
2. Setjið papriku og kóríanderlauf í blandara eða vinnuskál matvinnsluvélar. Bætið hinum hráefnunum út í nema ólífuolíuna. Vinnið þar til slétt, um 30 til 60 sekúndur. bætið ólífuolíunni út í í þunnum straumi .
3. Grillið kjúklinginn í 3 til 4 mínútur á hvorri hlið. Svolítið flott.
4. Leggið wontons út yfir stóra smurða bökunarplötu. Sprautaðu síðan þunnu lagi af olíu ofan á alla wontons og bakaðu þar til þeir eru gullinbrúnir .
5. Setjið Napa og rauðkálið, gulræturnar, laukinn, gúrkuna og Edamame í mjög stóra blöndunarskál og blandið saman. Bætið kjúklingabita í blöndunarskálina.
6. Bætið hnetunum og hægelduðum avókadó út í rétt áður en það er borið fram.
7. Dreypið dressingu yfir salatið og toppið með brotnum wonton bitum. Berið fram strax.

30. Mason krukka kínverskt kjúklingasalat

Hráefni

- ½ bolli hrísgrjónavínsedik
- 2 hvítlauksrif, pressuð
- 1 matskeið sesamolía
- 1 msk nýrifinn engifer
- 2 tsk sykur, eða meira eftir smekk
- ½ tsk sojasósa með minni natríum
- 2 grænir laukar, þunnar sneiðar
- 1 tsk sesamfræ
- 2 gulrætur, skrældar og rifnar
- 2 bollar ensk agúrka í teningum
- 2 bollar rifið fjólublátt hvítkál
- 12 bollar saxað grænkál
- 1 ½ bolli afgangur af hægelduðum kjúklingi
- 1 bolli wonton ræmur

Leiðbeiningar

a) FYRIR VINAIGRETTU: Þeytið saman edik, hvítlauk, sesamolíu, engifer, sykur og sojasósu í lítilli skál. Skiptu dressingunni í 4 (32 aura) glerkrukkur með breiðum munni með loki.

b) Toppið með grænum lauk, sesamfræjum, gulrótum, agúrku, káli, grænkáli og kjúklingi. Geymið í kæli í allt að 3 daga. Geymið wonton ræmurnar sérstaklega.

c) Til að bera fram skaltu hrista innihald krukku og bæta við wonton ræmunum.

d) Berið fram strax.

31. Kínverskt kjúklingasalat með Wontons

HRÁEFNI

4 bollar rifið romaine salat
1 bolli rifinn soðinn kjúklingur
1/2 bolli rifnar gulrætur
1/2 bolli saxað rauðkál
1/2 bolli niðurskorin agúrka
1/2 bolli niðurskorin rauð paprika
1/4 bolli saxaður kóríander
1/4 bolli sneiddur grænn laukur
1/4 bolli saxaðar jarðhnetur
8 wonton umbúðir, steiktar og saxaðar
Klæðaburður:

2 matskeiðar sojasósa
2 matskeiðar hrísgrjónaedik
1 matskeið hunang
1 matskeið sesamolía
1 matskeið rifinn engifer
1 hvítlauksgeiri, saxaður
Leiðbeiningar:

Í stórri skál skaltu sameina romaine salat, soðinn kjúkling, rifnar gulrætur, rauðkál, agúrka, rauða papriku, kóríander, grænan lauk og saxaðar hnetur.

Í lítilli skál, þeytið saman sojasósu, hrísgrjónaedik, hunang, sesamolíu, rifinn engifer og hakkað hvítlauk til að búa til dressingu.

Hellið dressingunni yfir salatið og blandið saman.

Toppið með söxuðum steiktum wontons.

Berið fram strax.

32. Wonton salat með rækjum

HRÁEFNI

4 bollar blandað grænmeti
1/2 bolli soðnar rækjur
1/2 bolli agúrka í teningum
1/2 bolli niðurskornir kirsuberjatómatar
1/4 bolli niðurskorinn rauðlaukur
1/4 bolli niðurskorin radísa
8 wonton umbúðir, steiktar og saxaðar
Klæðaburður:

3 matskeiðar ólífuolía
2 matskeiðar balsamik edik
1 tsk Dijon sinnep
1 tsk hunang
Salt og pipar eftir smekk
Leiðbeiningar:

Í stórri skál, blandaðu saman blönduðu grænmeti, soðnum rækjum, hægelduðum agúrku, sneiðum kirsuberjatómötum, hægelduðum rauðlauk og sneiðum radísu.

Í lítilli skál, þeytið saman ólífuolíu, balsamik edik, Dijon sinnep, hunang, salt og pipar til að gera dressinguna.

Hellið dressingunni yfir salatið og blandið saman.

Toppið með söxuðum steiktum wontons.

Berið fram strax.

33. Asískt salat með Wontons

HRÁEFNI

4 bollar blandað grænmeti
1/2 bolli soðinn rifinn kjúklingur
1/2 bolli rifnar gulrætur
1/2 bolli niðurskorin agúrka
1/2 bolli niðurskorin rauð paprika
1/4 bolli saxaður kóríander
1/4 bolli sneiddur grænn laukur
8 wonton umbúðir, steiktar og saxaðar
Klæðaburður:

3 matskeiðar hrísgrjónaedik
1 matskeið sojasósa
1 matskeið hunang
1 hvítlauksgeiri, saxaður
1/4 bolli jurtaolía
Salt og pipar eftir smekk

Leiðbeiningar:
Blandið saman blönduðu grænmeti, soðnum rifnum kjúklingi, rifnum gulrótum, sneiðum agúrku, sneiðum rauðum papriku, kóríander og grænum lauk í stóra skál.

Í lítilli skál, þeytið saman hrísgrjónaedik, sojasósu, hunang, hakkað hvítlauk, jurtaolíu, salt og pipar til að búa til dressingu.

Hellið dressingunni yfir salatið og blandið saman.
Toppið með söxuðum steiktum wontons.
Berið fram strax.

34. Kryddað Wonton salat

HRÁEFNI

4 bollar saxað icebergsalat
1/2 bolli soðið svínakjöt
1/2 bolli niðurskorin agúrka
1/2 bolli niðurskorin rauð paprika
1/4 bolli sneiddur grænn laukur
8 wonton umbúðir, steiktar og saxaðar
Klæðaburður:
2 matskeiðar hrísgrjónaedik
1 matskeið sojasósa
1 msk hoisin sósa
1 msk sriracha sósa
1 hvítlauksgeiri, saxaður
1/4 bolli jurtaolía
Salt og pipar eftir smekk

Leiðbeiningar:
Blandið saman í stóra skál söxuðu icebergsalat, soðnu svínakjöti, sneiðum agúrku, sneiðum rauðum papriku og sneiðum grænum lauk.

Í lítilli skál, þeytið saman hrísgrjónaedik, sojasósu, hoisin sósu, sriracha sósu, hakkaðan hvítlauk, jurtaolíu, salt og pipar til að gera dressinguna.

Hellið dressingunni yfir salatið og blandið saman.

Toppið með söxuðum steiktum wontons.

Berið fram strax.

35. Sesam engifer Wonton salat

HRÁEFNI

4 bollar blandað grænmeti
1/2 bolli soðnar rækjur
1/2 bolli niðurskorin agúrka
1/2 bolli niðurskorin rauð paprika
1/4 bolli saxaður kóríander
1/4 bolli sneiddur grænn laukur
8 wonton umbúðir, steiktar og saxaðar

Klæðaburður:
3 matskeiðar hrísgrjónaedik
1 matskeið sojasósa
1 matskeið hunang
1 hvítlauksgeiri, saxaður
1 matskeið sesamolía
1 matskeið rifinn engifer
Salt og pipar eftir smekk

Leiðbeiningar:
Blandið saman blönduðu grænmeti, soðnum rækjum, sneiðum agúrku, sneiðum rauðum papriku, kóríander og grænum lauk í stóra skál.

Í lítilli skál, þeytið saman hrísgrjónaedik, sojasósu, hunang, hakkaðan hvítlauk, sesamolíu, rifið engifer, salt og pipar til að búa til dressingu.

Hellið dressingunni yfir salatið og blandið saman.
Toppið með söxuðum steiktum wontons.
Berið fram strax.

36. Avókadó Wonton salat

HRÁEFNI

4 bollar blandað grænmeti
1 avókadó, skorið í sneiðar
1/2 bolli kirsuberjatómatar
1/2 bolli niðurskorinn rauðlaukur
1/4 bolli saxaður kóríander
8 wonton umbúðir, steiktar og saxaðar
Klæðaburður:

2 matskeiðar ólífuolía
1 matskeið lime safi
1 hvítlauksgeiri, saxaður
Salt og pipar eftir smekk
Leiðbeiningar:

Í stórri skál, blandaðu saman blönduðu grænmeti, sneiðum avókadó, kirsuberjatómötum, sneiðum rauðlauk og kóríander.

Í lítilli skál, þeytið saman ólífuolíu, límónusafa, söxuðum hvítlauk, salti og pipar til að gera dressinguna.

Hellið dressingunni yfir salatið og blandið saman.

Toppið með söxuðum steiktum wontons.

Berið fram strax.

37. Thai Wonton salat

HRÁEFNI

4 bollar saxað romaine salat
1/2 bolli soðinn malaður kjúklingur
1/2 bolli niðurskorin agúrka
1/2 bolli niðurskorinn rauðlaukur
1/4 bolli hakkað kóríander
1/4 bolli sneiddur grænn laukur
8 wonton umbúðir, steiktar og saxaðar
Klæðaburður:

3 matskeiðar lime safi
1 matskeið fiskisósa
1 matskeið hunang
1 hvítlauksgeiri, saxaður
1/4 bolli jurtaolía
Salt og pipar eftir smekk
Leiðbeiningar:

Í stórri skál skaltu sameina saxað romaine salat, soðinn malaðan kjúkling, sneiða agúrku, sneiðan rauðlauk, kóríander og grænan lauk.
Þeytið saman limesafa, fiskisósu, hunang, hakkað hvítlauk, jurtaolíu, salt og pipar í litla skál til að búa til dressingu.
Hellið dressingunni yfir salatið og blandið saman.
4. Toppið með söxuðum steiktum wontons.

Berið fram strax.

38. Grillað kjúklinga Wonton salat

HRÁEFNI

4 bollar blandað grænmeti
1 grilluð kjúklingabringa, skorin í sneiðar
1/2 bolli sneidd gulrót
1/2 bolli niðurskorin rauð paprika
1/4 bolli hakkað kóríander
8 wonton umbúðir, steiktar og saxaðar
Klæðaburður:

2 matskeiðar hrísgrjónaedik
1 matskeið sojasósa
1 matskeið hunang
1 hvítlauksgeiri, saxaður
1/4 bolli jurtaolía
Salt og pipar eftir smekk
Leiðbeiningar:

Í stórri skál, blandið saman blönduðu grænmeti, sneiðum grilluðum kjúklingabringum, sneiðum gulrótum, sneiðum rauðum papriku og kóríander.

Í lítilli skál, þeytið saman hrísgrjónaedik, sojasósu, hunang, hakkað hvítlauk, jurtaolíu, salt og pipar til að búa til dressingu.

Hellið dressingunni yfir salatið og blandið saman.

Toppið með söxuðum steiktum wontons.

Berið fram strax.

39. Kryddað Túnfisk Wonton salat

HRÁEFNI

4 bollar blandað grænmeti
1/2 bolli kryddaður túnfiskur
1/2 bolli sneið avókadó
1/2 bolli niðurskorin agúrka
1/4 bolli sneiddur grænn laukur
8 wonton umbúðir, steiktar og saxaðar
Klæðaburður:

2 matskeiðar sojasósa
1 matskeið hrísgrjónaedik
1 matskeið hunang
1 hvítlauksgeiri, saxaður
1 matskeið sesamolía
Salt og pipar eftir smekk
Leiðbeiningar:

Í stórri skál, blandaðu saman blönduðu grænmeti, sterkan túnfisk, sneið avókadó, sneið agúrka og grænan lauk.

Í lítilli skál, þeytið saman sojasósu, hrísgrjónaedik, hunang, hakkað hvítlauk, sesamolíu, salti og pipar til að gera dressinguna.

Hellið dressingunni yfir salatið og blandið saman.

Toppið með söxuðum steiktum wontons.

Berið fram strax.

40. BBQ Chicken Wonton salat

HRÁEFNI

4 bollar blandað grænmeti
1/2 bolli BBQ kjúklingur, skorinn í sneiðar
1/2 bolli niðurskorinn rauðlaukur
1/2 bolli sneið avókadó
1/4 bolli hakkað kóríander
8 wonton umbúðir, steiktar og saxaðar
Klæðaburður:

2 matskeiðar BBQ sósa
1 matskeið búgarðsdressing
1 hvítlauksgeiri, saxaður
Salt og pipar eftir smekk
Leiðbeiningar:

Blandið saman blönduðu grænmeti, sneiðum BBQ kjúklingi, sneiðum rauðlauk, sneiðum avókadó og kóríander í stórri skál.
Í lítilli skál, þeytið saman BBQ sósu, búgarðsdressingu, hakkaðan hvítlauk, salt og pipar til að búa til dressingu.
Hellið dressingunni yfir salatið og blandið saman.
Toppið með söxuðum steiktum wontons.
Berið fram strax.

41. Rækju og mangó Wonton salat

HRÁEFNI

4 bollar blandað grænmeti
1/2 bolli soðnar rækjur
1/2 bolli skorið mangó
1/4 bolli niðurskorinn rauðlaukur
1/4 bolli saxaður kóríander
8 wonton umbúðir, steiktar og saxaðar
Klæðaburður:

2 matskeiðar lime safi
1 matskeið hunang
1 matskeið ólífuolía
1 hvítlauksgeiri, saxaður
Salt og pipar eftir smekk
Leiðbeiningar:

Í stórri skál, blandaðu saman blönduðu grænmeti, soðnum rækjum, hægelduðum mangó, hægelduðum rauðlauk og kóríander.

Í lítilli skál, þeytið saman limesafa, hunang, ólífuolíu, hakkað hvítlauk, salt og pipar til að búa til dressingu.

Hellið dressingunni yfir salatið og blandið saman.

Toppið með söxuðum steiktum wontons.

Berið fram strax.

42. Taílenskt hnetu Wonton salat

HRÁEFNI

4 bollar blandað grænmeti
1/2 bolli eldaður kjúklingur, skorinn í sneiðar
1/4 bolli niðurskorin agúrka
1/4 bolli niðurskorin rauð paprika
1/4 bolli sneið gulrót
8 wonton umbúðir, steiktar og saxaðar

Klæðaburður:
2 matskeiðar hnetusmjör
1 matskeið sojasósa
1 matskeið hrísgrjónaedik
1 matskeið hunang
1 hvítlauksgeiri, saxaður
1 matskeið vatn
Salt og pipar eftir smekk

Leiðbeiningar:
Í stórri skál, blandið saman blönduðu grænmeti, sneiðum soðnum kjúklingi, sneiðum agúrku, sneiðum rauðum papriku og sneiðum gulrótum.

Í lítilli skál, þeytið saman hnetusmjör, sojasósu, hrísgrjónaedik, hunang, hakkað hvítlauk, vatn, salt og pipar til að gera dressinguna.

Hellið dressingunni yfir salatið og blandið saman.

Toppið með söxuðum steiktum wontons.
Berið fram strax.

43. Teriyaki Tofu Wonton salat

HRÁEFNI

4 bollar blandað grænmeti
1/2 bolli teriyaki tofu, sneið
1/4 bolli niðurskorinn rauðlaukur
1/4 bolli sneið gulrót
1/4 bolli saxaður kóríander
8 wonton umbúðir, steiktar og saxaðar
Klæðaburður:

2 matskeiðar sojasósa
1 matskeið hrísgrjónaedik
1 matskeið hunang
1 hvítlauksgeiri, saxaður
1 matskeið sesamolía
Salt og pipar eftir smekk
Leiðbeiningar:

Í stórri skál, blandið saman blönduðu grænmeti, sneiðum teriyaki tofu, sneiðum rauðlauk, sneiðum gulrótum og kóríander.

Í lítilli skál, þeytið saman sojasósu, hrísgrjónaedik, hunang, hakkað hvítlauk, sesamolíu, salti og pipar til að gera dressinguna.

Hellið dressingunni yfir salatið og blandið saman.

Toppið með söxuðum steiktum wontons.

Berið fram strax.

44. Caprese Wonton salat

HRÁEFNI

4 bollar blandað grænmeti
1/2 bolli kirsuberjatómatar, helmingaðir
1/2 bolli ferskar mozzarella kúlur, helmingaðar
1/4 bolli söxuð basilíka
8 wonton umbúðir, steiktar og saxaðar
Klæðaburður:

2 matskeiðar balsamik edik
1 matskeið ólífuolía
Salt og pipar eftir smekk
Leiðbeiningar:

Blandaðu saman grænmeti, kirsuberjatómötum, ferskum mozzarella og basil í stórri skál.
Í lítilli skál, þeytið saman balsamikedik, ólífuolíu, salti og pipar til að búa til dressingu.
Hellið dressingunni yfir salatið og blandið saman.
Toppið með söxuðum steiktum wontons.
5. Berið fram strax.

45. Kryddað Túnfisk Wonton salat

HRÁEFNI

4 bollar blandað grænmeti
1/2 bolli niðursoðinn túnfiskur, tæmd
1/4 bolli niðurskorinn rauðlaukur
1/4 bolli niðurskorin agúrka
1/4 bolli hakkað kóríander
8 wonton umbúðir, steiktar og saxaðar
Klæðaburður:

2 matskeiðar sriracha
1 matskeið hrísgrjónaedik
1 matskeið hunang
1 hvítlauksgeiri, saxaður
Salt og pipar eftir smekk
Leiðbeiningar:

Í stórri skál, blandaðu saman blönduðu grænmeti, niðursoðnum túnfiski, sneiðum rauðlauk, sneiðum agúrku og kóríander.

Í lítilli skál, þeytið saman sriracha, hrísgrjónaedik, hunang, hakkað hvítlauk, salt og pipar til að gera dressinguna.

Hellið dressingunni yfir salatið og blandið saman.

Toppið með söxuðum steiktum wontons.

Berið fram strax.

46. Antipasto Wonton salat

HRÁEFNI

4 bollar blandað grænmeti
1/4 bolli sneið salami
1/4 bolli sneið pepperoni
1/4 bolli sneiddur provolone ostur
1/4 bolli ristuð rauð paprika í sneiðum
8 wonton umbúðir, steiktar og saxaðar
Klæðaburður:

2 matskeiðar rauðvínsedik
1 matskeið ólífuolía
1 hvítlauksgeiri, saxaður
Salt og pipar eftir smekk
Leiðbeiningar:

Í stórri skál, blandið saman blönduðu grænmeti, sneiðum salami, sneiðum pepperoni, sneiðum provolone osti og sneiðum ristuðum rauðum paprikum.

Í lítilli skál, þeytið saman rauðvínsedik, ólífuolíu, söxuðum hvítlauk, salti og pipar til að búa til dressingu.

Hellið dressingunni yfir salatið og blandið saman.

Toppið með söxuðum steiktum wontons.

Berið fram strax.

47. Suðvestur Wonton salat

HRÁEFNI

4 bollar blandað grænmeti
1/2 bolli svartar baunir, skolaðar og tæmdar
1/2 bolli maískorn
1/4 bolli niðurskorið avókadó
1/4 bolli niðurskorinn rauðlaukur
1/4 bolli hakkað kóríander
8 wonton umbúðir, steiktar og saxaðar
Klæðaburður:

2 matskeiðar lime safi
1 matskeið ólífuolía
1 hvítlauksgeiri, saxaður
1/2 tsk chili duft
Salt og pipar eftir smekk
Leiðbeiningar:

Í stórri skál, blandaðu saman blönduðu grænmeti, svörtum baunum, maískjörnum, hægelduðum avókadó, hægelduðum rauðlauk og hakkað kóríander.

Í lítilli skál, þeytið saman limesafa, ólífuolíu, hakkað hvítlauk, chiliduft, salt og pipar til að búa til dressingu.

Hellið dressingunni yfir salatið og blandið saman.

Toppið með söxuðum steiktum wontons.

Berið fram strax.

48. Grillað kjúklingur Caesar Wonton salat

HRÁEFNI

4 bollar romaine salat, saxað
1/2 bolli grillaður kjúklingur, skorinn í sneiðar
1/4 bolli rakaður parmesanostur
1/4 bolli brauðteningur
8 wonton umbúðir, steiktar og saxaðar
Klæðaburður:

2 matskeiðar majónesi
1 matskeið sítrónusafi
1 hvítlauksgeiri, saxaður
1 tsk Dijon sinnep
Salt og pipar eftir smekk
Leiðbeiningar:

Í stórri skál skaltu sameina saxað romaine salat, sneiðan grillaðan kjúkling, rakaðan parmesanost og brauðteningum.
Í lítilli skál, þeytið saman majónesi, sítrónusafa, söxuðum hvítlauk, Dijon sinnepi, salti og pipar til að búa til dressingu.
3. Hellið dressingunni yfir salatið og blandið saman.

Toppið með söxuðum steiktum wontons.

Berið fram strax.

49. Grískt Wonton salat

HRÁEFNI

4 bollar blandað grænmeti
1/4 bolli mulinn fetaostur
1/4 bolli sneiðar Kalamata ólífur
1/4 bolli niðurskorin agúrka
1/4 bolli niðurskornir tómatar
8 wonton umbúðir, steiktar og saxaðar
Klæðaburður:

2 matskeiðar rauðvínsedik
1 matskeið ólífuolía
1 hvítlauksgeiri, saxaður
1/2 tsk þurrkað oregano
Salt og pipar eftir smekk
Leiðbeiningar:

Í stórri skál, blandið saman blönduðu grænmeti, muldum fetaosti, sneiðum Kalamata ólífum, sneiðum agúrku og sneiðum tómötum.

Í lítilli skál, þeytið saman rauðvínsedik, ólífuolíu, hakkaðan hvítlauk, þurrkað oregano, salt og pipar til að búa til dressingu.

Hellið dressingunni yfir salatið og blandið saman.

Toppið með söxuðum steiktum wontons.

Berið fram strax.

50. Brennt rófa og geitaost Wonton salat

HRÁEFNI

4 bollar rucola
1/2 bolli ristaðar rófur, sneiddar
1/4 bolli mulinn geitaostur
1/4 bolli saxaðar valhnetur
8 wonton umbúðir, steiktar og saxaðar
Klæðaburður:

2 matskeiðar balsamik edik
1 matskeið ólífuolía
1 hvítlauksgeiri, saxaður
1 tsk hunang
Salt og pipar eftir smekk
Leiðbeiningar:

Í stórri skál, blandaðu saman rucola, sneiðum ristuðum rófum, muldum geitaosti og saxuðum valhnetum.
Í lítilli skál, þeytið saman balsamikedik, ólífuolíu, hakkaðan hvítlauk, hunang, salt og pipar til að búa til dressingu.
Hellið dressingunni yfir salatið og blandið saman.
Toppið með söxuðum steiktum wontons.
Berið fram strax.

SÚPA

51. Keto Wonton súpa

6 aura svínakjöt, gróft saxað
🕐8 meðalstórar rækjur, afhýddar og malaðar
🕐1 msk kínverskt vín eða þurrt sherry
🕐2 matskeiðar létt sojasósa
🕐1 tsk smátt saxaður rauðlaukur
🕐1 tsk smátt saxað ferskt engifer
🕐24 wonton umbúðir
🕐3 bollar kjúklingakraftur
🕐Fínt saxaður laukur, tveir skreytingar.

Blandið í skál söxuðu svínakjötinu og möluðu rækjunni saman við hrísgrjónavínið eða sherryið, 1 t af sojasósunni, lauknum og hakkað engifer. Blandið vel saman og setjið til hliðar í 25-30 mínútur til að bragðið blandist.
Setjið 1 t af fyllingunni í miðju hverrar wonton umbúðir.
Bleytið brúnir hvers wontons með smá vatni og þrýstið þeim saman með fingrunum til að loka, brjótið síðan hvern wonton yfir.
Til að elda, láttu soðið sjóða í wok, bætið wontons út í og eldið í 4-5 mínútur. Bætið afganginum af sojasósunni og lauknum út í, setjið í einstakar súpuskálar og berið fram.

52. Klassísk Wonton seyðisúpa

HRÁEFNI

- 40 stór wonton umbúðir

FYRIR WONTON-FYLLINGU - RÆKJU:

- 20 meðalstórar rækjur, flysjaðar og afvegaðar, skornar í tvennt eftir endilöngu
- $\frac{1}{2}$ tsk kosher salt
- $\frac{1}{2}$ tsk maíssterkju
- 1 tsk extra virgin ólífuolía

FYRIR WONTON-FYLLINGU - SVÍNAKJÖT:

- 1 pund 80% magurt svínakjöt
- 1 $\frac{1}{2}$ msk ferskt engifer, hakkað
- 1 matskeið Shaoxing hrísgrjónavín
- 2 matskeiðar létt sojasósa
- 2 tsk maíssterkju
- 1 tsk púðursykur
- 2 matskeiðar extra virgin ólífuolía
- $\frac{1}{2}$ tsk kosher salt, skipt
- 6 aura vatnakarsa, hakkað (um 4 bollar)

FYRIR WONTON-SOÐSÚÐAGREIÐINN:

- 8 bollar kjúklingabeinasoð (4 öskjur)
- 2 bollar af karsa eða öðru grænu grænmeti sem óskað er eftir (valfrjálst)
- Salt og pipar eftir smekk
- Saxaður grænn laukur til skrauts
- Heit chiliolía eða sesamolía til að drekka (valfrjálst)

LEIÐBEININGAR

a) Blandið rækjufyllingunni saman Í litla skál og blandið vel saman. Setja til hliðar.

b) Blandið svínakjöti, engifer, Shaoxing víni, léttri sojasósu, maíssterkju og sykri saman í stóra blöndunarskál. Hrærið vel saman.
c) Bætið ólífuolíu, salti og karsí út í svínakjötsblönduna. Notaðu báðar hendurnar til að blanda öllu hráefninu saman.
d) Útbúið flatt vinnuborð með því að strjúka með smá hveiti. Dreifðu því út með hendinni. Útbúið litla skál af vatni á hliðinni.
e) Vefjið nú wontons. Leggðu eina umbúðir flata á lófa annarrar handar, mjó hliðin snúi að þér. Skelltu upp um 1 msk svínakjötsfyllingu og settu í miðju wonton umbúðirnar. Bætið rækjustykki ofan á.
f) Lyftið mjóu hliðinni á umbúðunum og brjótið í átt að breiðu hliðinni á umbúðunum og hyljið fyllinguna alveg. Mjó hliðin ætti að fara upp að þeim stað þar sem það er um það bil hálf tommu pláss eftir á breiðu hliðinni.
g) Dýfðu þumalfingri örlítið í vatnið. Notaðu fingurna til að klípa mjóar og breiðu hliðarbrúnirnar á umbúðunum saman í kringum fyllinguna, beygðu síðan wontoninn í lögun hjúkrunarhúfu með blautum þumalfingri til að þrýsta báðum endum saman.
h) Endurtaktu með afganginum af umbúðunum og settu wontons á vinnuflötinn í einu lagi með smá bili á milli þeirra.
i) Látið suðu koma upp í stórum potti af vatni, bætið við fjölda wontons sem þið viljið elda. Látið þær sjóða í um það bil 5 mínútur þar til þær fljóta. Smakkaðu einn til að sjá hvort fyllingin er soðin í gegn.
j) Á sama tíma er kjúklingabeinakraftur (2 bollar fyrir 10-12 wontons) látinn sjóða í öðrum potti. Bættu við smá

karssu eða grænu grænmeti sem þú vilt, eins og baby bok choy. Eldið þar til grænmetið er visnað, um 1-2 mínútur. Kryddið með salti og pipar eftir smekk.

k) Flyttu soðsúpubotninn yfir í framreiðsluskál og slepptu soðnu wontonunum í skálina með því að nota skeið. Skreytið með söxuðum grænum lauk og dreypið heitri chiliolíu eða sesamolíu yfir ef vill. Njóttu!

53. Wonton dumplingsúpa

Afgreiðsla: 6

HRÁEFNI

- Wonton umbúðir, tuttugu og fjögur
- Fínt saxaður rauðlaukur, ein tsk.
- Fínt saxað engifer, ein tsk.
- Sojasósa, ein msk.
- Púðursykur, ein tsk.
- Kjúklingabringur, rifnar, tvær
- Ferskt spínat, einn bolli
- Rækjur, eitt pund
- Vatnskastaníur, átta aura
- Sveppir, sneiddir, einn bolli
- Hrísgrjónavín, ein msk.
- Svínakjöt, átta aura

LEIÐBEININGAR

a) Hitið kjúklingakraftinn að suðu og bætið svo öllu hráefninu saman við.

b) Eldið þar til kjúklingur og rækjur eru soðnar í gegn, í um það bil 10 mínútur.

c) Blandið svínakjöti, malaðri rækju, púðursykri, hrísgrjónavíni eða sherríi, sojasósu, lauk og hakkað engifer saman í skál.

d) Blandið vel saman og setjið til hliðar í 25-30 mínútur til að bragðið blandist.

e) Bætið einni tsk. af fyllingunni í miðju hvers wonton umbúða.

f) Bleytið brúnir hvers wontons með smá vatni og þrýstið þeim saman með fingrunum til að loka.

g) Til að elda skaltu bæta wontons við sjóðandi kjúklingakraftinn og elda í 4-5 mínútur.

54. Wontons í léttu sesam-sojasoði með baunum

Gerir: 4 skammta

Hráefni

WONTONS

2 bollar fínsaxað napa kál

2 matskeiðar fínt sneiddur gulur laukur

¼ bolli fínt saxaður grænn laukur

1 matskeið Nama Shoyu eða Bragg Liquid Aminos

1 matskeið ristað sesamolía

1 uppskrift Epli Crepes, þurrkað eins og mælt er fyrir um

SÚPUBASIN

½ bolli baunir, ferskar eða frosnar

4 bollar af vatni

LEIÐBEININGAR

Til að búa til wonton fyllinguna skaltu setja kálið, græna laukinn, Nama
Shoyu og sesamolíu í skál og blandið vel saman. Setjið til hliðar í að minnsta kosti 15 mínútur til að marinerast og mýkjast.

Til að búa til wonton umbúðirnar skaltu skera eplakremið í sextán 3½ tommu ferninga.

Til að fylla wontons, kreistu fyrst allan umfram vökva úr marineruðu fyllingunni, geymdu marineringuna til að nota í súpubotninn. Settu síðan teskeið af fyllingu í miðju hverrar wonton umbúðir. Haltu umbúðunum með glansandi hliðinni upp; það er hliðin sem var á móti fóðrinu. Brjótið í tvennt á ská til að mynda þríhyrning, passið að endarnir hittist. Þrýstu þétt niður á endana til að loka. Bleyttu hornin á þríhyrningnum þínum með því að

dýfa fingurgómnum í litla skál af vatni og taktu endana tvo saman svo þeir skarast. Ýttu á til að innsigla.
Til að búa til súpubotninn skaltu hella marineringunni í stóra skál ásamt ertum og vatni. Blandið vel saman. Hellið í fjórar skálar. Bætið wontons út í og berið fram strax.

55. Einföld wonton súpa

HRÁEFNI

- 10 aura baby bok choy eða svipað grænt grænmeti
- 1 bolli svínakjöt
- 2½ matskeiðar sesamolía
- Klípa hvítan pipar
- 1 matskeið krydduð sojasósa
- ½ tsk salt
- 1 matskeið Shaoxing vín
- 1 pakki af wonton skinni
- 6 bollar gott kjúklingakraft
- 1 matskeið sesamolía
- Hvítur pipar og salt eftir smekk
- 1 rauðlaukur, saxaður

LEIÐBEININGAR

a) Byrjaðu á því að þvo grænmetið vandlega. Látið suðu koma upp í stórum potti af vatni og þeytið grænmetið þar til það er visnað. Tæmið og skolið í köldu vatni. Gríptu góðan klaka af grænmeti og kreistu vandlega út eins mikið vatn og þú getur. Saxið grænmetið mjög fínt (einnig má flýta fyrir því með því að henda því í matvinnsluvélina).

b) Í meðalstórri skál, bætið fínt söxuðu grænmeti, svínakjöti, sesamolíu, hvítum pipar, sojasósu, salti og Shaoxing-víni saman við. Blandið mjög vandlega þar til blandan er fleyti - næstum eins og mauk.

c) Nú er kominn tími til að setja saman! Fylltu litla skál með vatni. Gríptu umbúðir og notaðu fingurinn til að væta brúnir umbúðirnar. Bætið rúmlega teskeið af fyllingu í miðjuna. Brjóttu umbúðirnar í tvennt og þrýstu báðum hliðum saman svo þú færð þétt innsigli.

d) Haltu neðstu tveimur hornum litla ferhyrningsins sem þú varst að búa til og taktu hornin tvö saman. Þú getur notað smá vatn til að tryggja að þau festist. Og þannig er það! Haltu áfram að setja saman þar til öll fyllingin er farin. Settu wontons á bökunarplötu eða plötu klædda bökunarpappír til að koma í veg fyrir að þau festist.

e) Á þessum tímapunkti er hægt að hylja wontons með plastfilmu, setja bökunarplötuna/plötuna í frystinn og flytja þá yfir í Ziploc poka þegar þeir hafa frosið. Þeir geymast í nokkra mánuði í frystinum og eru tilbúnir fyrir wonton súpu hvenær sem þú vilt.

f) Til að búa til súpuna skaltu hita kjúklingakraftinn að suðu og bæta við sesamolíu, hvítum pipar og salti.

g) Látið suðu koma upp í sérstakan pott af vatni. Bætið wontonunum varlega út í pottinn einu í einu. Hrærið til að koma í veg fyrir að wontons festist við botninn. Ef þær festast, ekki hafa áhyggjur, þær ættu að losna þegar þær eru soðnar. Þeir eru búnir þegar þeir fljóta. Gætið þess að ofelda þær ekki.

h) Fjarlægðu wontons með sleif og settu þau í skálar. Hellið súpunni yfir wontons og skreytið með söxuðum lauk. Berið fram!

56. Klassísk svínakjöt Wonton súpa

HRÁEFNI

Wonton umbúðir
1 pund svínakjöt
2 hvítlauksrif, söxuð
1 msk sojasósa
1 msk sesamolía
1 msk hrísgrjónavín
2 grænir laukar, saxaðir
Salt og pipar eftir smekk
6 bollar kjúklingasoð

LEIÐBEININGAR

Blandið saman svínakjöti, hvítlauk, sojasósu, sesamolíu, hrísgrjónavíni, grænum lauk, salti og pipar í blöndunarskál.
Setjið litla skeið af svínakjötsblöndunni í miðju hverrar wonton umbúðir.
Bleytið brúnir wonton umbúðanna með vatni, brjótið í tvennt og þrýstið til að loka.
Látið suðuna koma upp í potti.
Bætið wontonunum í pottinn og eldið í 5-7 mínútur, eða þar til þeir fljóta upp á yfirborðið.
Berið fram heitt.

57. Grænmetis Wonton súpa

HRÁEFNI

Wonton umbúðir

1/2 bolli saxaðir sveppir

1/2 bolli saxaðar gulrætur

1/2 bolli saxað sellerí

1/2 bolli saxað hvítkál

1/4 bolli saxaður grænn laukur

2 hvítlauksrif, söxuð

1 msk sojasósa

1 msk sesamolía

6 bollar grænmetissoð

LEIÐBEININGAR

Steikið sveppina, gulræturnar, selleríið, hvítkálið, græna laukinn og hvítlaukinn á pönnu í nokkrar mínútur.

Bætið sojasósunni og sesamolíu út í og haltu áfram að elda þar til grænmetið er meyrt.

Setjið litla skeið af grænmetisblöndunni í miðju hverrar wonton umbúðir.

Bleytið brúnir wonton umbúðanna með vatni, brjótið í tvennt og þrýstið til að loka.

Látið suðuna koma upp í potti.

Bætið wontonunum í pottinn og eldið í 5-7 mínútur, eða þar til þeir fljóta upp á yfirborðið.

Berið fram heitt.

58. Kjúklinga- og grænmetis Wonton súpa

HRÁEFNI

Wonton umbúðir
1/2 pund malaður kjúklingur
1/2 bolli saxaðir sveppir
1/2 bolli saxaðar gulrætur
1/2 bolli saxað sellerí
1/4 bolli saxaður grænn laukur
2 hvítlauksrif, söxuð
1 msk sojasósa
1 msk sesamolía
6 bollar kjúklingasoð

LEIÐBEININGAR

Steikið malaðan kjúkling, sveppi, gulrætur, sellerí, grænan lauk og hvítlauk á pönnu í nokkrar mínútur.
Bætið sojasósunni og sesamolíu út í og haltu áfram að elda þar til grænmetið er meyrt og kjúklingurinn eldaður í gegn.
Setjið litla skeið af kjúklinga- og grænmetisblöndunni í miðju hverrar wonton-umbúðir.
Bleytið brúnir wonton umbúðanna með vatni, brjótið í tvennt og þrýstið til að loka.
Látið suðuna koma upp í potti.
Bætið wontonunum í pottinn og eldið í 5-7 mínútur, eða þar til þeir fljóta upp á yfirborðið.
Berið fram heitt.

59. Krydduð rækju Wonton súpa

HRÁEFNI

Wonton umbúðir
1/2 pund rækjur, afhýddar og afvegaðar
1/2 bolli saxaðir sveppir
1/2 bolli saxaðar gulrætur
1/2 bolli saxað sellerí
1/4 bolli saxaður grænn laukur
2 hvítlauksrif, söxuð
1 msk sojasósa
1 msk sesamolía
1 msk chiliflögur (eða meira eftir smekk)
6 bollar kjúklingasoð

LEIÐBEININGAR

Steikið rækjur, sveppi, gulrætur, sellerí, grænan lauk og hvítlauk á pönnu í nokkrar mínútur.
Bætið sojasósunni, sesamolíu og chili flögum út í og haltu áfram að elda þar til grænmetið er meyrt og rækjurnar eru soðnar í gegn.
Settu litla skeið af rækju- og grænmetisblöndunni í miðju hverrar wonton-umbúðir.
Bleytið brúnir wonton umbúðanna með vatni, brjótið í tvennt og þrýstið til að loka.
Látið suðuna koma upp í potti.
Bætið wontonunum í pottinn og eldið í 5-7 mínútur, eða þar til þeir fljóta upp á yfirborðið.
Berið fram heitt.

60. Thai Coconut Curry Wonton súpa

HRÁEFNI

Wonton umbúðir

1/2 pund svínakjöt

1/2 bolli saxaðir sveppir

1/2 bolli saxaðar gulrætur

1/2 bolli niðurskorin paprika

2 hvítlauksrif, söxuð

1 msk rautt karrýmauk

1 msk fiskisósa

1 msk púðursykur

1 dós (13,5 oz) kókosmjólk

6 bollar kjúklingasoð

LEIÐBEININGAR

Steikið svínakjöt, sveppi, gulrætur, papriku og hvítlauk á pönnu í nokkrar mínútur.

Bætið rauða karrýmaukinu, fiskisósunni og púðursykrinum út í og haltu áfram að elda í eina mínútu í viðbót.

Bætið kókosmjólkinni og kjúklingasoðinu út í og látið suðuna koma upp.

Setjið litla skeið af svínakjöti og grænmetisblöndunni í miðju hverrar wonton umbúðir.

Bleytið brúnir wonton umbúðanna með vatni, brjótið í tvennt og þrýstið til að loka.

Látið suðuna koma upp í potti.

Bætið wontonunum í pottinn og eldið í 5-7 mínútur, eða þar til þeir fljóta upp á yfirborðið.

Berið fram heitt.

61. Engifer svínakjöt Wonton súpa

HRÁEFNI

Wonton umbúðir
1 pund svínakjöt
2 hvítlauksrif, söxuð
2 msk rifið engifer
1 msk sojasósa
1 msk sesamolía
6 bollar kjúklingasoð
1/4 bolli saxaður grænn laukur

LEIÐBEININGAR

Blandaðu svínakjöti, hvítlauk, engifer, sojasósu, sesamolíu og grænum lauk saman í blöndunarskál.

Setjið litla skeið af svínakjötsblöndunni í miðju hverrar wonton umbúðir.

Bleytið brúnir wonton umbúðanna með vatni, brjótið í tvennt og þrýstið til að loka.

Látið suðuna koma upp í potti.

Bætið wontonunum í pottinn og eldið í 5-7 mínútur, eða þar til þeir fljóta upp á yfirborðið.

Berið fram heitt.

62. Hvítlauksrækju Wonton súpa

HRÁEFNI

Wonton umbúðir
1/2 pund rækjur, afhýddar og afvegaðar
2 hvítlauksrif, söxuð
1 msk sojasósa
1 msk sesamolía
6 bollar kjúklingasoð
1/4 bolli saxaður grænn laukur

LEIÐBEININGAR

Blandið saman rækjum, hvítlauk, sojasósu, sesamolíu og grænum lauk í blöndunarskál.
Settu litla skeið af rækjublöndunni í miðju hverrar wonton umbúðir.
Bleytið brúnir wonton umbúðanna með vatni, brjótið í tvennt og þrýstið til að loka.
Látið suðuna koma upp í potti.
Bætið wontonunum í pottinn og eldið í 5-7 mínútur, eða þar til þeir fljóta upp á yfirborðið.
6. Berið fram heitt.

63. Krydduð Szechuan Wonton súpa

HRÁEFNI

Wonton umbúðir
1/2 pund svínakjöt
1/4 bolli saxaður grænn laukur
2 hvítlauksrif, söxuð
1 msk sojasósa
1 msk chilipasta
1 msk hoisin sósa
1 msk hrísgrjónaedik
6 bollar kjúklingasoð

LEIÐBEININGAR

Í blöndunarskál skaltu sameina svínakjötið, grænan lauk, hvítlauk, sojasósu, chilipasta, hoisin sósu og hrísgrjónaedik.

Setjið litla skeið af svínakjötsblöndunni í miðju hverrar wonton umbúðir.

Bleytið brúnir wonton umbúðanna með vatni, brjótið í tvennt og þrýstið til að loka.

Látið suðuna koma upp í potti.

Bætið wontonunum í pottinn og eldið í 5-7 mínútur, eða þar til þeir fljóta upp á yfirborðið.

Berið fram heitt.

64. Grænmetis Wonton súpa

HRÁEFNI

Wonton umbúðir
1/4 bolli saxaðir shiitake sveppir
1/4 bolli saxaðar gulrætur
1/4 bolli niðurskorin paprika
1/4 bolli saxaður grænn laukur
2 hvítlauksrif, söxuð
1 msk sojasósa
1 msk sesamolía
6 bollar grænmetissoð

LEIÐBEININGAR

Steikið sveppina, gulræturnar, paprikuna, græna laukinn og hvítlaukinn á pönnu í nokkrar mínútur.

Bætið sojasósunni og sesamolíu út í og haltu áfram að elda þar til grænmetið er meyrt.

Setjið litla skeið af grænmetisblöndunni í miðju hverrar wonton umbúðir.

Bleytið brúnir wonton umbúðanna með vatni, brjótið í tvennt og þrýstið til að loka.

Látið suðuna koma upp í potti.

Bætið wontonunum í pottinn og eldið í 5-7 mínútur, eða þar til þeir fljóta upp á yfirborðið.

Berið fram heitt.

65. Lemongrass Chicken Wonton súpa

HRÁEFNI

Wonton umbúðir

1/2 pund malaður kjúklingur

2 hvítlauksrif, söxuð

2 msk saxað sítrónugras

1 msk sojasósa

1 msk sesamolía

6 bollar kjúklingasoð

1/4 bolli saxaður kóríander

LEIÐBEININGAR

Í blöndunarskál skaltu sameina malaðan kjúkling, hvítlauk, sítrónugras, sojasósu, sesamolíu og kóríander.

Setjið litla skeið af kjúklingablöndunni í miðju hverrar wonton umbúðir.

Bleytið brúnir wonton umbúðanna með vatni, brjótið í tvennt og þrýstið til að loka.

Látið suðuna koma upp í potti.

Bætið wontonunum í pottinn og eldið í 5-7 mínútur, eða þar til þeir fljóta upp á yfirborðið.

Berið fram heitt.

66. Sæt og súr svínakjöts Wonton súpa

HRÁEFNI

Wonton umbúðir
1/2 pund svínakjöt
2 hvítlauksrif, söxuð
1 msk sojasósa
1 msk sesamolía
1/4 bolli saxaður grænn laukur
1/4 bolli ananasbitar
1/4 bolli rauð paprika, saxuð
1/4 bolli hrísgrjónaedik
1/4 bolli púðursykur
6 bollar kjúklingasoð

LEIÐBEININGAR

Blandið saman svínakjöti, hvítlauk, sojasósu, sesamolíu, grænum lauk, ananasbitum og rauðri papriku í blöndunarskál.
2. Setjið litla skeið af svínakjötsblöndunni í miðju hverrar wonton-umbúðir.

Bleytið brúnir wonton umbúðanna með vatni, brjótið í tvennt og þrýstið til að loka.

Látið suðuna koma upp í potti.

Bætið wontonunum í pottinn og eldið í 5-7 mínútur, eða þar til þeir fljóta upp á yfirborðið.

Blandið saman hrísgrjónaediki og púðursykri á sérstakri pönnu og eldið við meðalhita þar til sykurinn leysist upp.

Hellið súrsætu sósunni í pottinn af wontonsúpunni og hrærið.

Berið fram heitt.

67. Tom Yum rækju Wonton súpa

HRÁEFNI

Wonton umbúðir
1/2 pund möluð rækja
2 hvítlauksrif, söxuð
2 msk saxað sítrónugras
1 msk fiskisósa
1 msk lime safi
2 bollar af vatni
2 bollar kjúklingasoð
1/4 bolli hakkað kóríander
1/4 bolli sneiddir sveppir
1/4 bolli saxaðir tómatar
1/4 bolli saxaður grænn laukur

LEIÐBEININGAR

Í blöndunarskál skaltu sameina malaða rækju, hvítlauk, sítrónugras, fiskisósu og limesafa.

Settu litla skeið af rækjublöndunni í miðju hverrar wonton umbúðir.

Bleytið brúnir wonton umbúðanna með vatni, brjótið í tvennt og þrýstið til að loka.

Látið suðuna koma upp í potti og vatnið og kjúklingasoðið.

Bætið wontonunum í pottinn og eldið í 5-7 mínútur, eða þar til þeir fljóta upp á yfirborðið.

Bætið kóríander, sveppum, tómötum og grænum lauk í pottinn og látið malla í 5 mínútur í viðbót.

Berið fram heitt.

68. Turkey Wonton súpa

HRÁEFNI

Wonton umbúðir
1/2 pund malaður kalkúnn
2 hvítlauksrif, söxuð
1 msk sojasósa
1 msk sesamolía
6 bollar kjúklingasoð
1/4 bolli saxaður grænn laukur
1/4 bolli saxaðir sveppir
1/4 bolli saxaðar gulrætur

LEIÐBEININGAR

Í blöndunarskál skaltu sameina malaðan kalkún, hvítlauk, sojasósu og sesamolíu.
Setjið litla skeið af kalkúnablöndunni í miðju hverrar wonton umbúðir.
Bleytið brúnir wonton umbúðanna með vatni, brjótið í tvennt og þrýstið til að loka.
4. Látið suðuna koma upp í potti.

Bætið wontonunum í pottinn og eldið í 5-7 mínútur, eða þar til þeir fljóta upp á yfirborðið.

Bætið grænum lauk, sveppum og gulrótum í pottinn og látið malla í 5 mínútur í viðbót.

Berið fram heitt.

69. Crab Rangoon Wonton súpa

HRÁEFNI

Wonton umbúðir
1/2 pund eftirlíkingu af krabbakjöti
4 oz rjómaostur, mildaður
1 msk sojasósa
1/4 bolli saxaður grænn laukur
2 bollar kjúklingasoð
2 bollar af vatni
1/4 bolli sneiðar bambussprotar

LEIÐBEININGAR

Í blöndunarskál skaltu sameina eftirlíkingu af krabbakjöti, rjómaosti, sojasósu og grænum lauk.

Setjið litla skeið af krabbablöndunni í miðju hverrar wonton umbúðir.

Bleytið brúnir wonton umbúðanna með vatni, brjótið í tvennt og þrýstið til að loka.

Látið suðuna koma upp í potti, kjúklingasoðið og vatnið.

Bætið wontonunum í pottinn og eldið í 5-7 mínútur, eða þar til þeir fljóta upp á yfirborðið.

Bætið bambussprotunum í pottinn og látið malla í 5 mínútur í viðbót.

Berið fram heitt.

70. Krydduð nautakjöt Wonton súpa

HRÁEFNI

Wonton umbúðir
1/2 pund nautahakk
2 hvítlauksrif, söxuð
1 msk chili hvítlaukssósa
2 bollar nautakraftur
2 bollar af vatni
1/4 bolli hakkað kóríander
1/4 bolli sneiddur grænn laukur

LEIÐBEININGAR

Blandið nautahakkinu, hvítlauknum og chili hvítlaukssósunni saman í blöndunarskál.

Setjið litla skeið af nautakjötsblöndunni í miðju hverrar wonton umbúðir.

Bleytið brúnir wonton umbúðanna með vatni, brjótið í tvennt og þrýstið til að loka.

Látið suðuna koma upp í potti.

Bætið wontonunum í pottinn og eldið í 5-7 mínútur, eða þar til þeir fljóta upp á yfirborðið.

Bætið kóríander og grænlauk út í pottinn og látið malla í 5 mínútur í viðbót.

Berið fram heitt.

71. Rækju og hörpuskel Wonton súpa

HRÁEFNI

Wonton umbúðir
1/4 pund rækjur, afhýddar og afvegaðar
1/4 pund hörpuskel, skorin í sneiðar
1/4 bolli hakkað bok choy
2 bollar kjúklingasoð
2 bollar af vatni
1 tsk engifer, hakkað
1 tsk hvítlaukur, saxaður
1/4 bolli sneiddur grænn laukur

LEIÐBEININGAR

Blandaðu saman rækjum, hörpuskel, bok choy, engifer og hvítlauk í blöndunarskál.

Setjið litla skeið af sjávarréttablöndunni í miðju hverrar wonton umbúðir.

Bleytið brúnir wonton umbúðanna með vatni, brjótið í tvennt og þrýstið til að loka.

Látið suðuna koma upp í potti, kjúklingasoðið og vatnið.

Bætið wontonunum í pottinn og eldið í 5-7 mínútur, eða þar til þeir fljóta upp á yfirborðið.

Bætið lauknum út í pottinn og látið malla í 5 mínútur í viðbót.

Berið fram heitt.

72. Wonton súpa með hnetusmjörssósu

HRÁEFNI

Wonton umbúðir
1/2 pund svínakjöt
2 hvítlauksrif, söxuð
1 msk sojasósa
1 msk sesamolía
2 bollar kjúklingasoð
2 bollar af vatni
1/4 bolli slétt hnetusmjör
1 msk hrísgrjónaedik
1 tsk hunang
1/4 bolli sneiddur grænn laukur

LEIÐBEININGAR

Blandið svínakjöti, hvítlauk, sojasósu og sesamolíu saman í blöndunarskál.

Setjið litla skeið af svínakjötsblöndunni í miðju hverrar wonton umbúðir.

Bleytið brúnir wonton umbúðanna með vatni, brjótið í tvennt og þrýstið til að loka.

Látið suðuna koma upp í potti, kjúklingasoðið og vatnið.

Bætið wontonunum í pottinn og eldið í 5-7 mínútur, eða þar til þeir fljóta upp á yfirborðið.

Í lítilli skál, þeytið saman hnetusmjörið, hrísgrjónaedikі, hunangi og smávegis af vatni til að búa til sósu.

Berið wontons fram í súpuskálum og hellið hnetusmjörssósunni yfir. Skreytið með grænum lauk.

73. Wonton súpa með grænmeti og núðlum

HRÁEFNI

Wonton umbúðir
1/2 pund malaður kjúklingur
1 bolli saxaður bok choy
1 bolli sneiddir sveppir
2 bollar kjúklingasoð
2 bollar af vatni
1 msk sojasósa
1 tsk sesamolía
2 bollar soðnar eggjanúðlur
1/4 bolli sneiddur grænn laukur

LEIÐBEININGAR

Í blöndunarskál skaltu sameina malaða kjúklinginn, bok choy og sveppi.
Setjið litla skeið af kjúklingablöndunni í miðju hverrar wonton umbúðir.
Bleytið brúnir wonton umbúðanna með vatni, brjótið í tvennt og þrýstið til að loka.
Látið suðuna koma upp í potti, kjúklingasoðið og vatnið.
Bætið wontonunum í pottinn og eldið í 5-7 mínútur, eða þar til þeir fljóta upp á yfirborðið.
Bætið sojasósunni, sesamolíu og soðnum eggjanúðlum í pottinn og látið malla í 5 mínútur í viðbót.
Berið fram heitt, skreytt með grænum lauk.

AÐALRÉTTUR

74. Ravioli með mascarpone og hörpuskel

Berið fram 4

Hráefni

- 12 stór hörpuskel
- 2 tsk sítrónubörkur
- 1 matskeið sítrónusafi
- 1 bolli ferskir tómatar í teningum
- 1 matskeið ólífuolía
- 2 matskeiðar þurrt hvítvín
- 1/2 bolli fiskikraftur
- 1/2 bolli 35 prósent matreiðslurjómi
- 2 þurrir franskir skalottlaukar, smátt saxaðir
- 1 lítill hvítlauksgeiri, saxaður
- 3 matskeiðar saxuð basil

Fyrir ravíólíið

- 1 bolli auk 2 matskeiðar kalt mascarpone
- 24 fermetra wonton umbúðir
- 1 egg
- 1/2 tsk Espelette pipar
- Salt og nýmalaður pipar eftir smekk
- 1 matskeið maíssterkju

Leiðbeiningar

a) Rífið sítrónubörkinn fínt. Setjið maíssterkjuna í litla skál. Aðskilið eggjahvítu og eggjarauða. Setjið mascarpone, eggjarauða, Espelette pipar, salt og pipar í skál.

b) Bætið $\frac{1}{2}$ tsk af sítrónuberknum og af basilíkunni saman við og blandið öllu hráefninu saman við.

c) Dreifið 12-Wonton umbúðum á gufuhandklæði og penslið með eggjahvítunni. Setjið 1 teskeið af mascarpone fyllingu í miðju hvers fernings og hyljið annan ferning. Gættu þess að setja fingurna í maíssterkjuna fyrst, þrýstu utan um fyllinguna til að losa loftið út og innsigla pakkana. Lokið og kælið þar til það er tilbúið til notkunar.

d) Þegar þú ert tilbúinn að bera fram ravíólíið skaltu setja vatn í stóran pott, salta og sjóða upp. Hellið skvettu af ólífuolíu á pönnu, hitið of mikið og steikið hörpuskelina á báðum hliðum. Takið af hitanum, setjið hörpuskel á bökunarplötu og setjið til hliðar. Hitið ofninn í 350 F.

e) Setjið pönnuna aftur á hita með skvettu af ólífuolíu og steikið skalottlaukana og hvítlaukinn en ekki lita þá. Yfir háum hita, gljáðu pönnuna með hvítvíninu. Blandið saman í nokkrar mínútur, bætið fisksoðinu út í og minnkað um helming. Bætið rjómanum út í og sjóðið áfram við meðalhita til að binda sósuna.

f) Til að klára sósuna skaltu bæta við tómötunum, $\frac{1}{2}$ tsk af sítrónuberki, basilíkunni og sítrónusafanum. Kryddið með salti og pipar. Slökktu á hitanum.

g) Á þessum tímapunkti skaltu setja hörpuskelina í ofninn í 4 til 5 mínútur, allt eftir stærð þeirra, til að klára eldunina. Hitið framreiðsludiskana. Slepptu ravíólíinu varlega í saltað sjóðandi vatn í 2 til 3 mínútur. Takið úr pottinum með sleif og látið renna af. Fjarlægðu hörpuskel að ofan. Bætið hvaða hörpudisksafa sem er í sósuna. Ef þjónað er sem aðalréttur, setjið þrjár ravioli í miðju hvers disks, þrjár hörpuskel í kringum wontons og hellið sósu yfir raviolis.

h) Skreytið hvern disk með basilíkublaði og nýmöluðum pipar.

75. Hawaiian Grillaður túnfiskur með þangi

Gerir: 2 skammta

HRÁEFNI

- ½ bolli sojasósa
- 3 matskeiðar hunang
- 1 msk hakkað ferskt engifer
- 2 tsk Hakkaður hvítlaukur
- Nýmalaður svartur pipar eftir smekk.
- 2 túnfisksteikur
- 2 matskeiðar hrísgrjónavínsedik
- 2 matskeiðar sojasósa
- 2 matskeiðar sítrónusafi
- ½ tsk Rifinn sítrónubörkur
- 1 msk hakkað ferskt engifer
- 1 tsk Hakkaður hvítlaukur
- 2 matskeiðar Hakkaður rauðlaukur
- ¼ tsk Rauð piparflögur
- ¼ bolli Ólífuolía
- ½ pakki Wonton umbúðir
- Jurtaolía til djúpsteikingar
- ¼ bolli þang
- ½ bolli Bitesize radicchio lauf
- ½ bolli niðurskorinn andívía
- ½ bolli barnaspínatlauf
- 2 matskeiðar gulur pipar
- 2 matskeiðar rauð paprika
- Radish spíra
- Súrsett engifer
- Gullna kavíar
- Létt sesamfræ
- Dökk sesamfræ

LEIÐBEININGAR

a) Blandið saman fyrstu 5 hráefnunum í skál .

b) Setjið túnfisksteikurnar á pönnu og hellið blöndunni yfir, hjúpið túnfiskinn á allar hliðar. Marinerið fiskinn í 15 mínútur.

c) Færið svo marineraða túnfiskinn yfir á heitt grill og grillið í 1-2 mínútur á hvorri hlið. Þeytið saman í skál allt hráefnið í sósuna.

d) Hitið steikingarolíuna í 350 gráður. Skerið wonton umbúðirnar í julienne strimla og djúpsteikið þar til þær eru gullnar.

e) Tæmið þær á pappírsþurrku. Í skál blandaðu saman þangi, radicchio laufum, sneiðum andívíu, barnaspínatiblöðum, gulum pipar og rauðri pipar.

f) Raðið þangi og grænmeti í miðjuna á 2 borðplötum og toppið þá með steiktu wonton ræmunum. Dreypið smá af sósunni yfir, toppið með túnfisknum og dreypið meiri sósu yfir.

g) Skreytið með litlum hópi af radish-spírum, súrsuðum engifer, tobiko, ljósum sesamfræjum, dökkum sesamfræjum og gylltum kavíar.

76. Bakaðar grænmetis- og sjávarfangs -wontons

Afrakstur: 6 skammtar

Hráefni

- 1 umslag grænmetissúpublanda
- 15 aura af svörtum pipar
- 40 wonton umbúðir
- ricotta ostur
- $\frac{1}{2}$ pund eftirlíkingu af krabbakjöti, saxað
- $\frac{1}{4}$ tsk hvítlauksduft
- $\frac{1}{8}$ teskeið
- 1 matskeið grænmetis- eða ólífuolía

a) Forhitið ofninn í 350 ~ F.

b) Blandið saman súpublöndu, osti, krabba, hvítlauksdufti og pipar í meðalstórri skál. Setjið 1 matskeið blöndu á miðju hvers Wonton. Penslið brúnir með vatni; brjóta hvert horn inn í miðjuna og ýta á til að innsigla.

c) Raðið saumhliðinni niður á létt smurða kökuplötu; burstaðu wontons með olíu. Bakið í 25 mínútur eða þar til stökkt og gullbrúnt, snúið einu sinni.

77. Grænmeti og sjávarfang wontons

Afrakstur: 6 skammtar

Hráefni

- 1 umslag grænmetissúpublanda
- 15 aura ricotta ostur
- ½ pund eftirlíkingu af krabbakjöti, saxað
- ¼ tsk hvítlauksduft
- ⅛ teskeið svartur pipar
- 40 wonton umbúðir
- 1 matskeið grænmetis- eða ólífuolía

Blandið saman súpublöndu, osti, krabba, hvítlauksdufti og pipar í meðalstórri skál. Setjið 1 matskeið blöndu á miðju hvers Wonton. Penslið brúnir með vatni; brjóta hvert horn inn í miðjuna og ýta á til að innsigla.

Raðið saumhliðinni niður á létt smurða kökuplötu; burstaðu wontons með olíu. Bakið í 25 mínútur eða þar til stökkt og gullbrúnt, snúið einu sinni.

78. Önd og engifer wontons

Gerir: 1 skammt

HRÁEFNI

- 1 pakki Wonton umbúðir
- 1 andabringa; húðuð, sin fjarlægð
- 2 matskeiðar varðveitt engifer
- 1 matskeið sojasósa
- 2 matskeiðar kóríander; hakkað
- Sólblómaolía til djúpsteikingar
- 1 chilli; smátt saxað
- 2 hvítlauksrif; smátt saxað
- 2 matskeiðar Sykur
- 2 matskeiðar hrísgrjónaedik

a) Blandið öndinni saman við engifer, soja og kóríander og setjið teskeiðar á tvær umbúðir, þrjár í einu, vættið og lokaðu.
b) Mótið þríhyrninga eða peningapoka og djúpsteikið í olíunni þar til þær eru gullnar.
c) Þurrkaðu á eldhúspappír og berið fram með ídýfasósu.
d) Til að gera sósuna sjóða saman allt hráefnið þar til það er þykkt.

79. Go Gees með Ground Turkey

- $1\frac{1}{2}$ bolli malaður kalkúnn
- $1\frac{1}{2}$ msk ostrusósa
- 2 tsk sojasósa
- 1 tsk sesamolía
- $1\frac{1}{2}$ grænn laukur, saxaður
- 1 matskeið hakkað engifer
- 1 pakki kringlótt wonton (gyoza) umbúðir
- 4-6 bollar olía til djúpsteikingar

Blandið saman kalkúnnum, ostrusósu, sojasósu, sesamolíu, grænum lauk og engifer.

Bætið olíu í forhitaða wok og hitið í 375°F. Vefjið gæsunum á meðan þið bíðið eftir að olían hitni. Setjið 1 teskeið af fyllingu í miðja umbúðirnar. Bleytið brúnirnar á umbúðunum, brjótið fyllinguna yfir og innsiglið, krumpið brúnirnar. Haltu áfram með afganginn af wontonunum. Hyljið fullbúna wontons með gufuhandklæði til að koma í veg fyrir þurrkun.

Renndu gow gæsunum varlega inn í wokið, nokkrum í einu. Djúpsteikið þar til þær verða gullnar (um það bil 2 mínútur). Fjarlægðu með sleif og skolaðu af á pappírshandklæði.

80. Pottlímmiðar með Konjac hrísgrjónavíni

- $1\frac{1}{2}$ bolli svínakjöt
- 3 tsk kínverskt hrísgrjónavín eða þurrt sherry
- 3 tsk sojasósa
- $1\frac{1}{2}$ tsk sesamolía
- $1\frac{1}{2}$ msk saxaður laukur
- 1 pakki kringlótt wonton (gyoza) umbúðir
- $\frac{1}{2}$ bolli vatn fyrir suðupottlímmiða
- Olía til steikingar eftir þörfum

Blandið svínakjöti, Konjac hrísgrjónavíni, sojasósu, sesamolíu og hakkað lauk saman.

Til að búa til pottalímmiðana: Settu 1 tsk af fyllingu í miðja umbúðirnar. Bleytið brúnirnar á umbúðunum, brjótið fyllinguna yfir og innsiglið, krumpið brúnirnar. Haltu áfram með afganginn af pottalímmiðunum. Hyljið lokuðu pottalímmiðana með gufuhandklæði til að koma í veg fyrir að þeir þorni.

Bætið 2 matskeiðum af olíu í forhitaða wok eða pönnu (1 matskeið ef notast er við nonstick pönnu). Þegar olían er orðin heit skaltu bæta við nokkrum af pottalímmiðunum með sléttu hliðinni niður. Ekki hræra, en látið malla í um það bil 1 mínútu.

Bætið $\frac{1}{2}$ bolla af vatni við. Ekki snúa pottalímmiðunum við. Eldið, þakið, þar til mestur vökvinn hefur frásogast. Afhjúpaðu og eldaðu þar til vökvinn hefur gufað upp. Losaðu pottalímmiðana með spaða og berið fram með brenndu hliðina upp. Berið fram með Potsticker dýfingarsósu

81. Hefðbundin Gow Gees

- $\frac{1}{4}$ pund (4 aura) rækjur
- 3 meðalstórir þurrkaðir sveppir
- 1 bolli svínakjöt
- 1 napa hvítkálsblað, rifið niður
- $1\frac{1}{2}$ grænn laukur, þunnar sneiðar
- $\frac{1}{4}$ tsk hakkað engifer
- 2 tsk kínverskt hrísgrjónavín eða þurrt sherry
- 2 tsk sojasósa
- 1 tsk sesamolía
- 1 pakki kringlótt wonton (gyoza) umbúðir
- 4-6 bollar olía til djúpsteikingar

Þvoið, devein og saxið rækjurnar smátt. Leggið þurrkuðu sveppina í bleyti í heitu vatni í að minnsta kosti 20 mínútur til að mýkjast. Tæmið, fjarlægið stilkana og skerið smátt.
Blandið svínakjöti, rækjum, káli, grænum lauk, þurrkuðum sveppum, engifer, konjac hrísgrjónavíni, sojasósu og sesamolíu saman.
Bætið olíu í forhitaða wok og hitið í 375°F. Vefjið gæsunum á meðan þið bíðið eftir að olían hitni. Setjið 1 teskeið af fyllingu í miðja umbúðirnar. Bleytið brúnirnar á umbúðunum, brjótið fyllinguna yfir og innsiglið, krumpið brúnirnar. Haltu áfram með afganginn af wontonunum. Hyljið fullbúna wontons með gufuhandklæði til að koma í veg fyrir þurrkun.
Renndu gow gæsunum varlega inn í wokið, nokkrum í einu. Djúpsteikið þar til þær verða gullnar (um það bil 2 mínútur). Fjarlægðu með sleif og skolaðu af á pappírshandklæði.

82. Siu Mai dumplings

- $\frac{1}{4}$ pund (4 aura) ferskar rækjur
- 3 meðalstórir þurrkaðir sveppir
- 1 bolli svínakjöt
- $1\frac{1}{2}$ grænn laukur, þunnar sneiðar
- $\frac{1}{2}$ bolli niðursoðnir bambussprotar, rifnir
- 2 tsk ostrusósa
- 2 tsk sojasósa
-
- 1 tsk sesamolía
- 1 pakki Siu Mai eða wonton umbúðir
- Olía til að húða hitaþolna plötu

Þvoið og hreinsið rækjurnar og saxið smátt. Leggið þurrkuðu sveppina í bleyti í heitu vatni í að minnsta kosti 20 mínútur til að mýkjast. Tæmið, fjarlægið stilkana og skerið smátt.

Blandið svínakjöti, rækjum, grænum lauk, þurrkuðum sveppum, bambussprotum, ostrusósu, sojasósu og sesamolíu saman.

Til að pakka inn Siu Mai: Settu 2 teskeiðar af fyllingu í miðja umbúðirnar. **Ekki** brjóta umbúðirnar yfir fyllinguna. Safnaðu saman brúnum umbúðanna og brettu hliðarnar varlega þannig að það myndi körfuform, með toppinn opinn.

Smyrjið hitaþolna plötu létt með olíu. Setjið bollurnar á diskinn. Settu diskinn á bambusgufu í wok sem er sett upp til að gufa. Látið kúlurnar gufa í 5-10 mínútur eða þar til þær eru soðnar.

83. Gufusoðnar nautakjötsbollur

- 8 únsur. Magur nautahakk
- 1 1/2 msk sojasósa
- 1 msk Saxuð kóríander 1 tsk Hakkað engiferrót 1 tsk maíssterkja
- 1/2 tsk hnetuolía
- 20 kringlótt wonton umbúðir Vatn
- Rauðkálsviftur til skrauts Radishblóm til skrauts

Blandið nautakjöti, sojasósu, kóríander, engiferrót, maíssterkju og olíu saman í litla skál. Settu 10 wonton umbúðir á vinnuborðið. Settu 2 teskeiðar af fyllingu í miðju hverrar wonton umbúðir. Vætið hvern wonton umbúðir. Vættið alla brúnina með vatni. Lyftu báðum hliðum umbúðirnar og klíptu saman fyrir ofan fyllinguna, taktu saman brúnirnar og plúsaðu umbúðirnar; klípa til að innsigla. Haltu áfram með umbúðirnar sem eftir eru og fyllinguna.

Í hverja af tveimur stórum pönnum, látið sjóða 2 bolla af vatni. Dragðu úr hita í miðlungs; bæta við dumplings og ekki leyfa að snerta.

Lokið létt og látið gufa þar til bollurnar eru stífar og umbúðirnar mjúkar, 15 mínútur. Berið fram strax. Skreytið framreiðslufatið með rauðlauksviftum og radísublómi

84. Blandað blóma- og ostaravíólí

Gerir: 1 skammt

HRÁEFNI

- 12 wonton skinn
- 1 hrært egg til að innsigla ravioli
- 1 bolli Blönduð blómblöð
- ⅓ bolli Ricotta ostur
- ⅓ bolli Mascarpone ostur
- 4 matskeiðar Hakkað basil
- 1 msk saxaður graslaukur
- 1 tsk Hakkað kóríander
- ⅓ bolli Mjúkt hveitibrauð, mulið
- 1½ tsk Salt
- ½ tsk Rautt chilipasta
- 12 heilar pönnur

LEIÐBEININGAR

a) Blandið öllu hráefninu, nema heilum pansies. Til að undirbúa, leggðu wonton húðina flatt á yfirborði.

b) Setjið 1 ½ tsk fyllingu í miðju wontonhýði, toppið með 1 heilli pansy.

c) Vætið brúnirnar með þeyttu eggi og hyljið með öðru wontonhýði.

d) Eldið með því að sjóða í vatni eða grænmetiskrafti í um það bil 1½ mínútu.

e) Berið fram í skál með tómat-basil soði.

85. Stökkir krabbi og rjómaostur Wontons

Fyrir: 6 til 8

24 wonton umbúðir, þiðnar ef þær eru frosnar
Matreiðslusprey
Fylling:
5 únsur (142 g) krabbakjöt, tæmt og þurrkað
4 aura (113 g) rjómaostur, við stofuhita
2 rauðlaukar, skornir í sneiðar
1½ tsk ristað sesamolía
1 tsk Worcestershire sósa
Kosher salt og malaður svartur pipar, eftir smekk

Sprautaðu loftsteikingarkörfunni með eldunarúða.
Setjið allt hráefnið fyrir fyllinguna í meðalstóra skál og hrærið þar til það hefur blandast vel saman. Útbúið litla skál af vatni við hliðina.
Leggðu wonton umbúðirnar á hreint vinnuborð. Skelltu 1 teskeið af fyllingunni í miðju hverrar umbúðar. Bleytið brúnirnar með vatni. Brjótið hverja wonton umbúðir á ská í tvennt yfir fyllinguna til að mynda þríhyrning.
Raðið wontonunum á pönnuna. Spreyttu wontonunum með matreiðsluúða.
Settu loftsteikingarkörfuna á bökunarpönnu og renndu í grindstöðu 2, veldu Air Fry, stilltu hitastigið á 350°F (180°C) og stilltu tímann á 10 mínútur.
Snúið wontonunum við hálfa eldunartímann.
Þegar eldun er lokið verða wontons stökkir og gullbrúnir.
Berið fram strax.

86. Svínakjöt Momos

Þjónar: 4

2 matskeiðar ólífuolía
1 pund (454 g) svínakjöt
1 rifin gulrót
1 laukur, saxaður
1 tsk sojasósa
16 wonton umbúðir
Salt og malaður svartur pipar, eftir smekk
Matreiðslusprey

Hitið ólífuolíuna á pönnu sem ekki er stafur við miðlungshita þar til hún ljómar.
Bætið svínakjöti, gulrót, lauk, sojasósu, salti og svörtum pipar út í og steikið í 10 mínútur eða þar til svínakjötið er vel brúnt og gulræturnar mjúkar.
Brettu umbúðirnar út á hreint vinnuborð, skiptið síðan soðnu svínakjöti og grænmeti á umbúðirnar. Brjótið brúnirnar í kringum fyllinguna til að mynda momo. Klipptu toppinn til að loka momounum.
Raðið momounum í loftsteikingarkörfuna og sprittið með matreiðsluúða.
Settu loftsteikingarkörfuna á bökunarpönnu og renndu í grindstöðu 2, veldu Air Fry, stilltu hitastigið á 320°F (160°C) og stilltu tímann á 10 mínútur.
Þegar eldun er lokið verða umbúðirnar ljósbrúnar.
Berið fram strax.

87. Loftsteikt rjómaostur Wontons

Þjónar: 4

2 aura (57 g) rjómaostur, mildaður
1 matskeið sykur
16 fermetra wonton umbúðir
Matreiðslusprey

Sprautaðu loftsteikingarkörfunni með eldunarúða.
Hrærið rjómaostinum og sykrinum saman í blöndunarskál þar til það er vel blandað saman. Útbúið litla skál af vatni við hliðina.
Leggðu wonton umbúðirnar á hreint vinnuborð. Skelltu $\frac{1}{4}$ teskeið af rjómaosti í miðju hverrar wonton-umbúðir.
Þeytið vatnið yfir brúnir umbúðanna. Brjótið hverja wonton umbúðir á ská í tvennt yfir fyllinguna til að mynda þríhyrning.
Raðið wontonunum á pönnuna. Spreyttu wontonunum með matreiðsluúða.
Settu loftsteikingarkörfuna á bökunarpönnu og renndu í grindstöðu 2, veldu Air Fry, stilltu hitastigið á 350°F (180°C) og stilltu tímann á 6 mínútur.
Snúið wontonunum við hálfa eldunartímann.
Þegar eldun er lokið verða wontonarnir gullbrúnir og stökkir.
Skiptu wontonunum á fjóra plötur. Látið hvíla í 5 mínútur áður en það er borið fram.

88. Hvítkál og svínakjöt Gyoza

Fyrir: 48 gyozas

1 pund (454 g) svínakjöt
1 höfuð Napa hvítkál (um 1 pund / 454 g), þunnt sneið og hakkað
½ bolli saxaður laukur
1 tsk saxaður ferskur graslaukur
1 tsk sojasósa
1 tsk hakkað ferskt engifer
1 matskeið saxaður hvítlaukur
1 tsk kornsykur
2 tsk kosher salt
48 til 50 wonton eða dumpling umbúðir
Matreiðslusprey

Sprautaðu loftsteikingarkörfunni með eldunarúða. Setja til hliðar.
Búið til fyllinguna: Blandið öllu hráefninu, nema umbúðunum, saman í stóra skál. Hrærið til að blanda vel saman.
Brettu umbúðum út á hreint vinnuborð og þynntu síðan brúnirnar með smá vatni. Skelltu upp 2 tsk af fyllingarblöndunni í miðjunni.
Búið til gjósan: Brjótið umbúðirnar yfir fyllinguna og ýtið á brúnirnar til að loka. Fletjið brúnirnar ef vill.
Endurtaktu með umbúðum og fyllingum sem eftir eru.
Raðið gyozasinum á pönnuna og sprittið með matreiðsluúða.
Settu loftsteikingarkörfuna á bökunarformið og renndu í grindstöðu 2, veldu Air Fry, stilltu hitastigið á 360°F (182°C) og stilltu tímann á 10 mínútur.

Snúið gjósaninni við hálfa eldunartímann.
Þegar þau eru soðin verða gyozasin gullinbrún.
Berið fram strax.

89. Bakaðar grænmetis- og sjávarfangs -wontons

Afrakstur: 6 skammtar

Hráefni

- 1 umslag grænmetissúpa blanda 15 aura
- svartur pipar 40 wonton umbúðir 1
- ricotta ostur
- $\frac{1}{2}$ pund eftirlíkingu af krabbakjöti, saxað $\frac{1}{4}$ tsk hvítlauksduft $\frac{1}{8}$ tsk

- Matskeið grænmeti eða ólífuolía Forhitið ofninn í 350 ~ F.

Blandið saman súpublöndu, osti, krabba, hvítlauksdufti og pipar í meðalstórri skál. Setjið 1 matskeið blöndu á miðju hvers Wonton. Penslið brúnir með vatni; brjóta hvert horn inn í miðjuna og ýta á til að innsigla.
Raðið saumhliðinni niður á létt smurða kökuplötu; burstaðu wontons með olíu. Bakið í 25 mínútur eða þar til stökkt og gullbrúnt, snúið einu sinni.

90. Hakkað svínakjöt wontons

HRÁEFNI

- 2 aura stykki af engifer, skrælt
- 1/4 bolli vatn
- 16 aura hakkað svínakjöt, helst með um 30% fitu
- 1 egg, þeytt
- 1 matskeið sesamolía
- 1 tsk hrísgrjónavín eða þurrt sherry
- 3/4 tsk salt
- 1/4 tsk hvítur pipar
- 3 msk kjúklinga- eða svínakraftur
- 100 verslun keyptir wonton umbúðir

LEIÐBEININGAR:

1. Myljið engiferstykkið mjög vel til að losa bragðið og látið það liggja í bleyti í 1/4 bolli af vatni.
2. Blandið svínahakki saman við bleytivatnið úr engiferinu, þeyttu egginu, sesamolíu, hrísgrjónavíni, salti og hvítum pipar. Bætið kjúklinga- eða svínakrafti út í, hálfa teskeið í einu til að bæta raka við blönduna.
3. Með wonton umbúðum á annarri hendi, fylltu með um 1/2 matskeið af fyllingu. Lokaðu með því að brjóta umbúðirnar saman í þríhyrning. Lokaðu með því að þrýsta varlega á tvær hliðar.
4. Taktu tvo enda þríhyrningsins og brettu niður þar til oddarnir mætast og skarast aðeins. Ýttu á til að binda endana.
5. Hafið tilbúið stóra pönnu af sjóðandi vatni.
6. Setjið smábollur varlega, nokkrar í einu, í vatnið, ekki þéttast og sjóðið þar til fyllingin er elduð (um það bil þrjár mínútur).
7. Tæmið og setjið ofan á kryddið. Blandið létt saman.

8. Ef þess er óskað, skreytið með söxuðum grænum lauk eða kóríander, eða fínsöxuðum hráum hvítlauk eða engifer.

EFTIRLITUR

91. Nutella Wontons

Gerir: 4-6 skammta

HRÁEFNI

- Nutella, eftir þörfum
- 2 stórir þroskaðir bananar, skrældir og skornir í $\frac{1}{2}$ tommu þykkar sneiðar
- kókosflögur, eftir þörfum
- 24 wonton umbúðir
- 1 matskeið ljós púðursykur
- $\frac{1}{4}$ tsk malaður kanill
- 1 klípa af möluðum múskat
- 1 klípa af möluðum kardimommum
- Olía, til steikingar

LEIÐBEININGAR

a) Blandið púðursykri og kryddi saman í skál.

b) Bætið bananasneiðunum út í og hjúpið þær með púðursykriblöndunni jafnt.

c) Setjið lítið magn af Nutella, fylgt eftir með bananasneið og nokkrum bitum af kókosflögum í miðju hverrar wonton umbúðir.

d) Klæðið brúnir umbúðanna með blautum fingrum og brjótið þær yfir fyllinguna í þríhyrningsformi.

e) Ýttu á brúnirnar með fingrunum til að loka þeim alveg.

f) Í stórri pönnu hita olíuna í 350 gráður F.

g) Bætið wontonunum saman við í lotum og eldið þar til þær eru gullinbrúnar á báðum hliðum.

h) Flyttu umbúðirnar yfir á pappírsklædda plötu til að renna af.

i) Berið allt fram með flórsykri yfir.

92. Nutella Banana Wontons

Gerir: 6

HRÁEFNI

- 1 lítill þroskaður banani, stappaður
- 1 matskeið Nutella
- 1 msk jarðarberjasulta
- 1 matskeið saxaðar hnetur
- 13 wonton umbúðir
- $\frac{1}{2}$ tsk sykur
- nonstick matreiðslu sprey

LEIÐBEININGAR

h) Stilltu ofninn þinn á 350 gráður F áður en þú gerir eitthvað annað og klæddu bökunarplötu með bökunarpappír.

i) Í skál, bætið sultunni, Nutella og banana og sultunni saman við og blandið þar til slétt er.

j) Setjið um það bil 1 teskeið af blöndunni í miðjuna á hverri wonton umbúðum og síðan hneturnar.

k) Með blautum fingrum, vættu brúnir hverrar umbúðir og brjóttu síðan fyllingunni yfir í þríhyrningsformi.

l) Nú, með fingrunum, ýttu á brúnirnar til að loka alveg.

m) Í djúpri pönnu, bætið olíunni við meðalháan hita og eldið þar til hún er hituð í gegn.

n) Í botninn á tilbúnu bökunarplötunni skaltu raða wonton umbúðunum.

o) Spreyið hverja umbúðir með matreiðsluspreyinu og stráið sykrinum yfir.

p) Eldið í ofni í um 30 mínútur 11-15 mínútur.

q) Njóttu heitt með uppáhalds álegginu þínu.

93. Eftirréttur Nutella Wontons

Gerir: 1

HRÁEFNI

- Nutella, eftir þörfum
- 2 stórir þroskaðir bananar, skrældir og skornir í $\frac{1}{2}$ tommu þykkar sneiðar
- kókosflögur, eftir þörfum
- 6 aura wonton umbúðir, um 24
- 1 matskeið ljós púðursykur
- $\frac{1}{4}$ tsk malaður kanill
- klípa af möluðu múskati
- klípa af möluðum kardimommum
- olía (til steikingar)
- flórsykur

LEIÐBEININGAR

a) Blandið púðursykri og kryddi saman í skál.
b) Bætið bananasneiðunum út í og hjúpið þær með púðursykriblöndunni jafnt.
c) Setjið lítið magn af Nutella, fylgt eftir með bananasneið og nokkrum bitum af kókosflögum í miðju hverrar wonton umbúðir.
d) Klæðið brúnir umbúðanna með blautum fingrum og brjótið þær yfir fyllinguna í þríhyrningsformi.
e) Ýttu á brúnirnar með fingrunum til að loka þeim alveg.
f) Í stórri pönnu hita olíuna í 350 gráður F.
g) Bætið wontonunum saman við í lotum og eldið þar til þær eru gullinbrúnar á báðum hliðum.
h) Flyttu umbúðirnar yfir á pappírsklædda plötu til að renna af.
i) Berið allt fram með flórsykri yfir.

94. Bakaðar perur í Wonton Crisps og hunangi

Undirbúningstími: 20 mínútur
Eldunartími: 45 mínútur
Skammtar: 4 manns

HRÁEFNI

- $\frac{1}{2}$ tsk malaður kanill, skipt
- 2 kóresk-amerískar perur
- $\frac{1}{2}$ bolli auk 1 matskeið hunang, skipt
- 4 - 6×6 wonton umbúðir
- $\frac{1}{4}$ bolli mascarpone
- 1 $\frac{1}{2}$ matskeið brætt ósaltað smjör

LEIÐBEININGAR

a) Hitið eldavélina í 375⌗F og klæddu bökunarplötu með bökunarpappír.
b) Skerið $\frac{1}{2}$ tommu af botninum og toppnum af perunni.
c) Afhýðið þá og skerið í gegnum miðjuna lárétt, takið fræin út
d) Settu umbúðirnar á þurrt flatt yfirborð, bætið hálfperunni í hverja umbúðir og stráið með kanil og stráið síðan hunangi yfir um 1 matskeið.
e) Lyftið upp hornum og innsiglið með hunanginu.
f) Setjið þetta á bökunarplötuna og eldið í ofninum í 45 mínútur, ef sætabrauðið litar of mikið skaltu bara setja smá álpappír yfir.
g) Blandið saman restinni af hunanginu, kanil og mascarpone í slétta blöndu.
h) Berið pakkana fram með mascarpone.

95. Súkkulaði Banana Wontons

HRÁEFNI

Wonton umbúðir
2 þroskaðir bananar
1/2 bolli súkkulaðibitar
1 msk kókosolía

LEIÐBEININGAR

Forhitið ofninn í 350°F (180°C).

Stappaðu bananana í blöndunarskál.

Setjið litla skeið af maukuðum bönunum og nokkrum súkkulaðibitum á hverja wonton umbúðir.

Bleytið brúnir wonton umbúðanna með vatni, brjótið í tvennt og þrýstið til að loka.

Settu wontons á bökunarplötu klædda bökunarpappír.

Bræðið kókosolíuna og penslið henni yfir wontons.

Bakið í ofni í 10-12 mínútur, eða þar til gullbrúnt.

Berið fram heitt.

96. Epli Cinnamon Wontons

HRÁEFNI

Wonton umbúðir
2 epli, afhýdd og skorin í teninga
1 tsk kanill
2 msk púðursykur
1 msk smjör

LEIÐBEININGAR

Bræðið smjörið á pönnu við meðalhita.

Bætið hægelduðum eplum, kanil og púðursykri á pönnuna og eldið í 5-7 mínútur, eða þar til eplin eru mjúk.

Setjið litla skeið af eplablöndunni á hverja wonton umbúðir.

Bleytið brúnir wonton umbúðanna með vatni, brjótið í tvennt og þrýstið til að loka.

Hitið smá olíu á pönnu við meðalhita.

Steikið wontons í 2-3 mínútur á hvorri hlið, eða þar til þær eru gullinbrúnar.

Berið fram heitt.

97. Jarðarberja rjómaostur Wontons

HRÁEFNI

Wonton umbúðir
4 oz rjómaostur, mildaður
1/4 bolli flórsykur
1/2 bolli söxuð jarðarber
1 tsk vanilluþykkni
1 eggjahvíta, þeytt
Jurtaolía til steikingar

LEIÐBEININGAR

Blandið saman rjómaostinum, púðursykri, söxuðum jarðarberjum og vanilluþykkni í blöndunarskál.

Setjið litla skeið af rjómaostablöndunni á hverja wonton umbúðir.

Bleytið brúnir wonton umbúðanna með vatni, brjótið í tvennt og þrýstið til að loka.

Hitið jurtaolíuna á pönnu við meðalháan hita.

Dýfðu hverjum wonton í eggjahvítuna og settu hana síðan í heitu olíuna.

Steikið wontons í 2-3 mínútur á hvorri hlið, eða þar til þær eru gullinbrúnar.

Berið fram heitt.

98. Bláberja sítrónu wontons

HRÁEFNI

Wonton umbúðir
1 bolli bláber
1/4 bolli kornsykur
2 msk maíssterkja
Börkur og safi úr 1 sítrónu
1 egg, þeytt
Jurtaolía til steikingar

LEIÐBEININGAR

Blandið saman bláberjum, kornsykri, maíssterkju og sítrónubörk og safa í blöndunarskál.
Settu litla skeið af bláberjablöndunni á hverja wonton umbúðir.
Bleytið brúnir wonton umbúðanna með vatni, brjótið í tvennt og þrýstið til að loka.
4. Dýfðu hverjum wonton í þeyttu egginu og settu það síðan í heita olíuna.

Steikið wontons í 2-3 mínútur á hvorri hlið, eða þar til þær eru gullinbrúnar.

Berið fram heitt.

99. S'mores Wontons

HRÁEFNI

Wonton umbúðir
1/2 bolli lítill marshmallows
1/4 bolli súkkulaðibitar
1/4 bolli mulið Graham kex
1 egg, þeytt
Jurtaolía til steikingar

LEIÐBEININGAR

Settu litla skeið af litlum marshmallows, súkkulaðibitum og muldum graham kexum á hverja wonton umbúðir.

Bleytið brúnir wonton umbúðanna með vatni, brjótið í tvennt og þrýstið til að loka.

Dýfðu hverjum wonton í þeyttu egginu og settu það síðan í heitu olíuna.

Steikið wontons í 2-3 mínútur á hvorri hlið, eða þar til þær eru gullinbrúnar.

Berið fram heitt.

100. Hindberjarjómaostur Wontons

HRÁEFNI

Wonton umbúðir
4 oz rjómaostur, mildaður
1/4 bolli flórsykur
1/2 bolli hindber
1 tsk vanilluþykkni
1 eggjahvíta, þeytt
Jurtaolía til steikingar

LEIÐBEININGAR

Blandið saman rjómaostinum, flórsykri, hindberjum og vanilluþykkni í blöndunarskál.

Setjið litla skeið af rjómaostablöndunni á hverja wonton umbúðir.

Bleytið brúnir wonton umbúðanna með vatni, brjótið í tvennt og þrýstið til að loka.

Hitið jurtaolíuna á pönnu við meðalháan hita.

Dýfðu hverjum wonton í eggjahvítuna og settu hana síðan í heitu olíuna.

Steikið wontons í 2-3 mínútur á hvorri hlið, eða þar til þær eru gullinbrúnar.

Berið fram heitt.

NIÐURSTAÐA

Við vonum að þessi Wonton matreiðslubók hafi veitt þér innblástur til að kanna ríkulega og fjölbreytta bragðið af kínverskri matargerð. Hvort sem þú ert að leita að því að endurskapa uppáhaldsrétt eða prófa eitthvað nýtt, þá eru Wontons ljúffengur og fjölhæfur valkostur sem hægt er að aðlaga eftir hvaða smekk sem er. Allt frá bragðmiklu svínakjöti og rækjum til sæts súkkulaðis og banana, möguleikarnir eru endalausir.

Við hvetjum þig til að gera tilraunir með mismunandi fyllingar og eldunaraðferðir til að uppgötva þína eigin einstöku wonton sköpun. Og umfram allt vonum við að þessi matreiðslubók hafi veitt þér gleði og ánægju í eldhúsinu. Góða eldamennsku!

Milton Keynes UK
Ingram Content Group UK Ltd.
UKHW020714310723
426074UK00018B/1194

9 781835 316993